ഗ്രീൻ ബുക്സ്

അപ്പൂപ്പൻ കൊന്ന മരം

സോക്രട്ടീസ് കെ. വാലത്ത്

എറണാകുളത്ത് ജനനം.
അച്ഛൻ : വി.വി.കെ. വാലത്ത്. അമ്മ: കൃശോദരി.
പത്രപ്രവർത്തനം, ടെലിവിഷൻ ജേർണലിസം, ഡോക്യുമെന്ററി നിർമ്മാണം, പരസ്യചിത്രസംവിധാനം, ഓൺലൈൻ പത്രപ്രവർത്തനം, റേഡിയോ നാടകരചന, സിനിമ-സീരിയൽ തിരക്കഥാരചന തുടങ്ങിയ മേഖലകളിൽ പ്രവർത്തിച്ചിട്ടുണ്ട്. 'മദനെല്ലൂരിലെ പെൺപന്നികൾ', 'കവചിതം', 'എ.ഡി. 2025', 'ജയഹേ', 'വെറോണിക്ക@15', 'ടാഗ് നമ്പർ ത്രീ', 'ന്യായവിധി', 'തെരഞ്ഞെടുത്ത കഥകൾ' തുടങ്ങിയ കൃതികളുടെ രചയിതാവ്.
പുരസ്കാരങ്ങൾ: 'ഹരപ്പ മുതൽ പൊഖ്റാൻ വരെ' എന്ന ഡോക്യുമെന്ററി 2003ലെ ടെലിവിഷൻ അവാർഡിനും 2017ൽ ആകാശവാണി തൃശ്ശൂർ നിലയത്തിനു വേണ്ടി രചിച്ച നാടകം 'ജനാല' ദേശീയ തലത്തിൽ രണ്ടാമത്തെ മികച്ച നാടകത്തിനുള്ള സർട്ടിഫിക്കറ്റ് ഓഫ് മെറിറ്റ് ബഹുമതിക്കും അർഹമായി. 2014ലെ മികച്ച കഥയ്ക്കുള്ള പത്മരാജൻ പുരസ്കാരവും 2015ലെ മികച്ച കഥയ്ക്കുള്ള സി. അയ്യപ്പൻ അവാർഡും നേടി.
ഇപ്പോൾ നോർത്ത് പറവൂരിൽ താമസം.

**ഗ്രീൻ ബുക്സ് പ്രസിദ്ധീകരിച്ച
ഗ്രന്ഥകർത്താവിന്റെ ഇതര കൃതി**

ആനന്ദലഹരി
(നോവൽ)

കഥ

അപ്പൂപ്പൻ കൊന്ന മരം

സോക്രട്ടീസ് കെ. വാലത്ത്

ഗ്രീൻബുക്സ്

green books private limited
gb building, civil lane road, ayyanthole,
thrissur- 680 003, kerala, ph: +91 487-2381066, 2381039
website: www.greenbooksindia.com
e-mail: info@greenbooksindia.com

malayalam
appooppan konna maram
story
by
socraties k valath

published april 2022

cover design : rajesh chalode

printed in india
manipal technologies ltd

branches:
thrissur 0487-2422515
thiruvananthapuram 0471-2335301
calicut 0495 4854662

isbn : 978-93-93596-53-6

₹ 150.00
GBPL/1217/2022

മുഖക്കുറി

യഥാതഥമായ ജീവിതകാമനകളെ മൂർച്ചയുള്ള വാക്കുകളാൽ ആവിഷ്കരിക്കുക എന്നതാണ് ആധുനിക എഴുത്തുകാരിൽ ശ്രദ്ധേയനായ സോക്രട്ടീസിന്റെ കൃതികളിൽ കാണാനാവുക. കാലിക പ്രസക്തിയുള്ള പല വിഷയങ്ങളും കഥാകാരന്റെ മനസ്സിലൂടെ കടന്നു പോയി മനോഹരങ്ങളായ കഥകളായി ഉരുത്തിരിയുന്ന പ്രതിഭാസം വിസ്മയം ജനിപ്പിക്കുന്നു. സോക്രട്ടീസിന്റെ പുതിയ ചെറുകഥകളുടെ സമാഹാരം ആസ്വാദകർക്കായി സമർപ്പിക്കുന്നതിൽ ചാരിതാർത്ഥ്യമുണ്ട്.

എഡിറ്റർ

സമർപ്പണം

അച്ഛന്
അമ്മിച്ചിക്ക്
പി. പത്മരാജന്

ഉള്ളടക്കം

രാസമഴ

അപ്പോൾ രമേശൻ കണ്ടത് രണ്ട് എട്ടുകാലികളെയാണ്. ചുവരിലൂടെ അവ പായുന്നു. ഒന്ന് ഒന്നിനെ പിന്തുടരുന്നത് കൊല്ലാനും തിന്നാനുമാവാം. അവരുടെ പ്രണയത്തിന്റെ പൂർണ്ണത കൊലയിലാണത്രെ. എങ്കിലും കൊന്നാലുള്ള പാപത്തെക്കുറിച്ച് ബോദ്ധ്യമുള്ളതുകൊണ്ടാവും തിന്നാൻ ശ്രമിക്കുന്നത്.

രണ്ടും പ്രണയത്തിന്റെ പേരിലാവുമ്പോൾ തെറ്റുണ്ടോ?

ഇല്ലെന്നോ ഉണ്ടെന്നോ ഉത്തരം പറയാൻ രമേശനു തോന്നുന്നില്ല. എട്ടുകാലികളിൽ നിന്നും കണ്ണെടുത്ത് അയാൾ കിടക്കയുടെ അങ്ങേയറ്റത്തേക്കു പോയി തിരിഞ്ഞുകിടക്കുന്ന ജലജയെ നോക്കി. അവൾക്കും തനിക്കുമിടയിലെ ശൂന്യസ്ഥലം ഒരു കടലാണെന്ന് സങ്കൽപ്പിച്ചു. കാലു നനയ്ക്കാൻ പോലും തോന്നാത്ത വിധം ഭയപ്പെടുത്തുന്ന കടൽ. എന്നാൽ അതൊരു ഗോദയായിട്ടും തോന്നി. ഒരു പോരാട്ട വേദി. ജയിക്കാനും തോൽപ്പിക്കാനും അഥവാ കൊല്ലാനും ചാവാനും വേണ്ടിയുള്ള ഒരിടം. അത് രസകരമായ ഉപമ തന്നെ എന്ന് രമേശനു തോന്നിയതാണ്. പക്ഷേ ഈ ഗോദയിലെ എതിരാളികളായി മകൾ രമ്യയും അവളുടെ കാമുകൻ സുന്ദരനും വന്നു നിന്നപ്പോൾ- അന്നിമിഷം രമേശൻ തല കുടഞ്ഞ് ആ കാഴ്ച തെറിപ്പിച്ചുകളഞ്ഞു:

''യേയ്... അത് ശരിയാവൂല്ല. അത് ശരിയാവൂല്ല. ഓരോരോ തോന്നലുകളേയ്....രാത്രിയാണേ തീരണുമില്ലാ.''

രമേശന്റെ രാത്രികൾ അവസാനിക്കാതായത് എന്നു മുതലാണ് എന്ന് രമേശൻ രമേശനോടു തന്നെ ചോദിച്ചു.

ഉത്തരമായി രമേശൻ രമേശന്റെ തന്നെ തലയ്ക്കടിച്ചുകൊണ്ടു പറഞ്ഞു, ''മണ്ടാ, അത് നിന്റെ മകളെക്കുറിച്ച് ആ വിവരം നീ അറിഞ്ഞപ്പോൾ മുതലല്ലേ?''

ശരിയാണ്. ശരിയാണ്. രമേശൻ തലകുലുക്കി. രമ്യയ്ക്ക് ഒരു പയ്യനുമായി അടുപ്പമുണ്ട്. അതിനി അറിയാൻ ഇന്നാട്ടിൽ അവളുടെ

അച്ഛനായ ഞാൻ മാത്രമേയുള്ളൂ എന്നു വരിക. അതു വലിയ കഷ്ട മല്ലേ? ഉറക്കം പോകാൻ വല്ലതും വേണോ? അതിനകം പലരും അക്കാര്യമറിഞ്ഞു കഴിഞ്ഞ സ്ഥിതിക്ക്?

‘‘അറിഞ്ഞവരാരെങ്കിലും നിന്നെ അറിയിച്ചോ രമേശാ?’’

ഇല്ലെന്ന് രമേശൻ പറഞ്ഞു. ശരിയാണ് ആരും അറിയിച്ചില്ല. അഥവാ അതിന് അവർക്ക് ഒത്തില്ല. പറയാൻ രമേശനെ ഒന്നു കണ്ടു കിട്ടണമല്ലോ.

‘‘രമേശന് എന്നും തിരക്കോടു തിരക്കല്ലേ. കടയിൽ നൂറു പണി! മുതലാളിക്കു മൂന്നിടത്താണ് ഗോഡൗൺ. ടൗണിലും പരിസരത്തു മായി മൂന്നു കടകളും. ഹോൾസെയ്ൽ ആന്റ് റീട്ടെയ്ൽ. പൊരിഞ്ഞ കച്ചവടം. ഗോഡൗണിലേക്കു ടൈൽസ് കേറുന്നു. ഷോറൂമിലൂടെ പുറത്തേക്കു പോകുന്നു. രണ്ടും രമേശൻ കിറുകൃത്യം അറിഞ്ഞി രിക്കണം. മുതലാളിക്ക് അത് നിർബന്ധം. രാത്രി വൈകി കണ ക്കൊക്കെ നോക്കി കട പൂട്ടി താക്കോൽ മുതലാളിയെ ഏൽപ്പിച്ച് കടയിറങ്ങുമ്പോൾ നാട്ടുകാരൊക്കെ റോട്ടിൽ നിന്നു കയറിയിട്ടു ണ്ടാവും. ശരിയല്ലേ രമേശാ?’’

ശരിയാണ്. രമേശൻ തലയാട്ടി. പക്ഷേ ഒരു കാര്യമുണ്ട്. കിടക്ക യിൽ എഴുന്നേറ്റിരുന്ന് രമേശൻ എതിർത്തു. ‘‘അതായത്, പറഞ്ഞും കേട്ടും ജലജയ്ക്ക് ഇക്കാര്യം അറിയാമായിരുന്നല്ലോ. രാത്രി എത്ര വൈകിയാലും ഞാൻ വീട്ടിൽ വരുന്നതല്ലേ. ദേ, ഏതോ ഒരു ചെറു ക്കൻ നമ്മുടെ കൊച്ചിനു പിന്നാലേ റാകിപ്പറന്നു നടക്കുന്നുണ്ടെന്നു പറയുന്നു. - മതി. അത്രയും കേട്ടാൽ രമ്യയെ അപ്പോൾതന്നെ വിളിച്ചു കാര്യം ചോദിക്കുമായിരുന്നില്ലേ?’’

അതു ശരിയാണ്. ആ ഘട്ടത്തിലായിരുന്നെങ്കിൽ രമ്യ ഉള്ള കാര്യവും പറഞ്ഞേനേ. ‘‘അച്ഛാ, എനിക്കവനോടൊരു തേങ്ങേ മില്ല. അവൻ പുറകേ നടന്ന് ബോറടിച്ചു പണ്ടാറടങ്ങി പൊക്കോളും. അച്ഛൻ ടെൻഷനടിക്കണ്ടാ.’’

അതേ. പക്ഷേ ഇതിപ്പോൾ സംഗതി അവിടന്നൊക്കെ പോയി. ഇനിയൊന്നും ചെയ്യാനില്ലെന്ന മട്ടാണ് ജലജയ്ക്ക്. മകളോട് പറ യാനുള്ളതൊക്കെ അവൾ പറഞ്ഞത്രേ. അമ്മ പണ്ട് അച്ഛനോടൊപ്പം ഇറങ്ങിപ്പോന്നപ്പോ ഇതൊന്നും ഓർത്തില്ലേ എന്നും നൂറ്റൊന്നു പവനും കാറും കൊടുത്ത് എന്നെ ഇറക്കിവിടാനുള്ള പാങ്ങ് വല്ലതും അച്ഛനിക്കാലം കൊണ്ട് ഉണ്ടാക്കിയോ എന്നും ചോദിച്ചത്രെ.

അതൊക്കെയോർത്താണ് നന്നേ ആലോചിച്ചിട്ടു മുതലാളിയോടു പറഞ്ഞത്. ‘‘എനിക്ക്... എനിക്ക് ചില അടിയന്തിര പ്രശ്നങ്ങളുണ്ട്, കുറച്ചു ദിവസത്തേക്കു ലീവു വേണം.’’

എന്തിനാ രമേശാ ലീവെടുക്കുന്നത്, റിലീവ് തന്നെയായിക്കോട്ടേ എന്ന് മുതലാളിയും പറഞ്ഞു.

'ഇവനില്ലെങ്കിൽ എനിക്കു വേറേ ആളുണ്ടെന്ന് ഇവനെ ബോദ്ധ്യപ്പെടുത്താൻ കിട്ടുന്ന അവസരം ഞാൻ കളയുമോ?' മുതലാളി അങ്ങനെ ഉള്ളിൽ പറഞ്ഞു ചിരിച്ചു കാണും. അത് നീ അന്നേരം ഊഹിച്ചില്ലല്ലോ രമേശാ എന്ന് രമേശൻ രമേശനോടു സഹതപിച്ചു.

ശരിയാണ്– 'ഓകെ മുതലാളീ' എന്നു പറഞ്ഞ് പോരുമ്പോൾ 'റിലീവി'ന്റെ അർത്ഥം പിടികിട്ടിയിരുന്നില്ല. പക്ഷേ, പോരാൻ നേരം കുറേയധികം കാശു തന്നു വിട്ടപ്പോൾ തോന്നിയിരുന്നു. ഒരു കണക്കു തീർക്കലിന്റെ മണമടിക്കുന്നുണ്ടോ? എന്തായാലും അതവടെ നിൽക്കട്ടെ. തൽക്കാലം ആ തലതെറിച്ചവന്റെയും രമ്യയുടെയും വിഷയത്തിലേക്ക് അങ്ങിറങ്ങുക തന്നെ. അത്രേ ചിന്തിച്ചുള്ളു.

ആ ഇറക്കത്തിൽ മനസ്സിലായ ചില കാര്യങ്ങൾ ഇതൊക്കെയാണ്:

അവന്റെ പേര് സുന്ദരൻ എന്നാണ്. വീട് കടക്കരയിലാണ്. കുലത്തൊഴിലായി തെങ്ങു കയറി തേങ്ങ ഇടുന്നവരുടെ കുടുംബത്തിൽ പെട്ടവനാണ്. രമ്യയോടൊപ്പം പ്ലസ്സ് വണ്ണിൽ ഉണ്ടായിരുന്നു. പ്ലസ് ടു ആയപ്പോൾ ഹ്യുമാനിറ്റീസ് എടുക്കുന്ന പ്രദീപൻ സാറിനെ തല്ലി പുറത്തായി. പിന്നെ കേറിയില്ല. കേറ്റിയുമില്ല. ആദിശങ്കരാ ഹയർ സെക്കന്ററി സ്കൂളിലേക്കുള്ള വഴിയരികിലെ ബൈക്ക് മെക്കാനിക് വർക്ഷോപ്പിൽ പണിക്കു കയറി. പഠിപ്പിച്ച ടീച്ചർമാരും സാറന്മാരും കാറിലും സ്കൂട്ടറിലും ഒക്കെ പോകുമ്പോൾ അവരെ നോക്കി അശ്ലീലം കലർന്ന ചിരി ചിരിച്ചു. ഉച്ചനേരത്തെ സ്കൂൾ ബ്രേക്കിൽ ഗേറ്റിൽ വന്ന് നിന്ന് സ്കൂളിന്റെ ഒന്നാം നിലയിലെ രമ്യയുടെ ക്ലാസ്സ് മുറിയുടെ ജനാലയിലേക്കു നോക്കി ചുണ്ടിലൊളിപ്പിച്ച വെടല ചിരിയുമായി നിന്നു. വൈകീട്ട് കൃത്യം നാലരയ്ക്കു പ്ലസ് ടു വിടുമ്പോൾ സൈലൻസർ പ്രവർത്തിക്കാത്ത യമഹയിൽ വന്ന് ഗേറ്റിനു മുന്നിൽ 'പോസ്റ്റാ'യി. കൂട്ടുകാരികൾക്കിടയിലായി വരുന്ന രമ്യയെ ഒളിക്കണ്ണു കൊണ്ടു നോക്കി ഊറിയൂറി ചിരിച്ചു. അവൾ നടന്നു കഴിയുമ്പോൾ യമഹ എടുത്ത് വെടി പൊട്ടുമൊച്ചയോടെ അവൾക്കു മുന്നിലൂടെ കുതിച്ച് തെരുവു നിറഞ്ഞൊഴുകുന്ന കുട്ടികളെ അതിശയിപ്പിക്കും വിധം വെട്ടിച്ചും തെന്നിച്ചും മുന്നോട്ടു പാഞ്ഞു. വർക്ഷോപ്പിലെത്തി വണ്ടി വച്ച് രമ്യ നടന്ന് എത്തുന്നതുവരെ കാത്ത് അവളെത്തിക്കഴിയുമ്പോൾ ആശാനോട് പറയാനൊന്നും നിൽക്കാതെ ഇറങ്ങി അവൾക്കു പിന്നാലെ – ഇല്ലയില്ല, അതൊക്കെ തുടക്കത്തിൽ – പിന്നീട് അവളോടു ചേർന്ന് ബസ്സ്റ്റോപ്പു വരെ. അതും കഴിഞ്ഞ് അവളോടൊപ്പം അഞ്ചേ പത്തിന്റെ 'അഭിരാമി'യിൽ കയറി അവളുടെ വീടിനടുത്തെ ബസ്സ്റ്റോപ്പു വരെ. നിലവിൽ അതവിടന്നും പുരോഗമിച്ച് യമഹയിൽ അവളെ കയറ്റി വെടിച്ചില്ലു പോലെ പുളഞ്ഞ് പാഞ്ഞ്

അവളെ വീട്ടിലെത്തിക്കുന്നതിലും വരാന്തയിൽ നീരസത്തോടെ നിൽക്കുന്ന ജലജയെ അടിമുടിയൊന്നു നോക്കി പരിസരം ഞെട്ടിക്കും വെടി മുഴക്കത്തോടെ ഇരച്ചും കുതിച്ചും തിരിച്ചു പോകുന്നിടത്തും എത്തിയിരിക്കുന്നു. അവനും അവന്റെ കൂട്ടുകാരും കൂടി മൊബൈലിലോ മറ്റോ സിനിമകൾ എടുക്കും. അത് കാണിക്കാൻ യൂട്യൂബിൽ ഒരു ചാനലും തുടങ്ങിയിട്ടുണ്ട്. അവന്റെ കയ്യിൽ എപ്പോഴും പണമുണ്ട്. ഇടയ്ക്കിടയ്ക്ക് അവനെ കാണാതാവുന്നുണ്ട്. പിന്നെ പെട്ടെന്ന് പ്രത്യക്ഷപ്പെട്ടതിനുശേഷം അവൻ കൂട്ടുകാരുമൊത്ത് കാറു വാടകയ്ക്കെടുക്കുന്നു. വലിയ മലയിടുക്കുകളും കൊല്ലികളും ഒക്കെ ഉള്ളിടത്തേക്ക് സവാരി പോകുന്നു. അവന് എന്തിന്റെയൊക്കെയോ ഇടപാടുകളുണ്ടെന്നൊരു സംസാരം – ചിലപ്പോൾ അസൂയ കൊണ്ടുള്ളതാകാനും മതി – പൊതുവേ പരിസരത്തുണ്ട്. ഗൈഡ് ആയും കാറ്ററിങ്ങ് കമ്പനിക്കു വേണ്ടി കല്യാണത്തിനും മറ്റും ശാപ്പാടു വിളമ്പിയും പിന്നെയെന്തൊക്കെയോ വഴികളിലൂടെയും ഒക്കെ ഒപ്പിച്ച കാശു കൊണ്ടു വാങ്ങിയ യമഹ മൂപ്പിച്ച് അവൻ വീട്ടിൽ നിന്നിറങ്ങുമ്പോൾ, അവന്റെ അച്ഛൻ, സരസൻ മേലേക്കു നോക്കി വിളിച്ചു കൂവുന്നു:

‘‘എന്ന തെങ്ങേന്ന് തള്ളീട്ട് പണിക്കു പോകാമ്പറ്റാണ്ടാക്കിയ ദൈവമേ, കാലാ... നീ അവന്റ കൂടെ കൂടി വല്ല പാവത്തൂങ്ങടേം മേത്ത് കുണ്ടേ അത് കേറ്റല്ലേ.’’

ഇത്രയും വസ്തുനിഷ്ഠമായി ബോദ്ധ്യപ്പെട്ടതോടെയാണ് ഉറക്കം തൂക്കിയെറിയപ്പെട്ടതെന്ന് രമേശൻ സമ്മതിക്കുന്നു. രാത്രികൾ നരകതുല്യമായി. സിഗററ്റുകൾ പുകച്ചു തള്ളപ്പെട്ടു. ഉമ്മറമുറിയിൽ വെളുക്കും വരെ വെരുകിനെപ്പോലെ അങ്ങുമിങ്ങു നടന്നുകൊണ്ട് അരിശത്തോടെയോ ഇച്ഛാഭംഗത്തോടെയോ പിറുപിറുത്തു:

‘‘തേങ്ങയിട്ടു നടന്ന കുടുമത്തുള്ളവനെയാണ് അവളു കണ്ടുപിടിച്ചിരിക്കുന്നത്! എന്റെ കാര്യം വിട്. അവൾടെ അമ്മ നായരാണെന്ന കാര്യമെങ്കിലും അവളോർത്തില്ലല്ലോ.’’

അതൊക്കെത്തന്നെയോർത്ത് പിന്നെയും കുറേ പുകച്ചു കൂട്ടി. അതിന്റെ ക്ഷീണത്തിലൊടുവിൽ വെളുക്കാറായപ്പോൾ സെറ്റിയിൽ തന്നെ വീണ് ചുവരിലെ ഗുരുദേവന്റെ ഫോട്ടോയ്ക്ക് ഏതാണ്ട് താഴെയായത്തന്നെ കിടന്ന് രമേശൻ മയക്കത്തിലേക്കൂർന്നിറങ്ങി.

തീരെ സ്വസ്ഥതയില്ലാത്ത ഉറക്കമായിരുന്നു അതൊക്കെ. ഉറങ്ങുന്നുമുണ്ട്. എന്നാൽ എല്ലാം അറിയുന്നുമുണ്ട്. അതിനിടയിലെവിടെയോ വച്ച് കുറച്ചു കാലം മുൻപ് കാണാതായ പഴയൊരു ആൽബം തിരികെ കിട്ടിയ സ്വപ്നം കാണാൻ തുടങ്ങി. കുടുംബഫോട്ടോകൾ എല്ലാം ഉള്ള ആൽബം.

2018ൽ ഡാമുകൾ തുറന്നു വിട്ടതു കൊണ്ട് ഉണ്ടായത് എന്ന് അവരും അതിവർഷം കൊണ്ട് വന്നുകൂടിയത് എന്ന് തന്റെ പാർട്ടിയും ഉറപ്പിച്ചു പറഞ്ഞ ആ പ്രളയത്തിന്റെ കുത്തൊഴുക്കിൽ കുതിർന്നൊലിച്ച് എങ്ങോട്ടോ പോയത്.

കുഞ്ഞു രമ്യയെ പാളയിൽ കിടത്തി നാണിയമ്മയും ജലജയും കൂടി കുളിപ്പിക്കുന്നതിന്റെയും ജലജയോടൊപ്പം അവളെ കളിപ്പാട്ടങ്ങൾ കാണിച്ചു കളിപ്പിക്കുന്നതിന്റെയും അങ്ങനെയങ്ങനെ അവൾ വളർന്നു പോന്ന പല പല കാലങ്ങളുടെയുമൊക്കെ ഫോട്ടോകൾ അതിലുണ്ട്. അതത്രയും തിരിച്ചു കിട്ടിയ സന്തോഷത്തിൽ ആ പേജുകൾ ഒന്നൊന്നായി തുറക്കാൻ നോക്കുമ്പഴോ? അതു പെട്ടെന്ന് കയ്യിലിരുന്നു തന്നെ കത്താൻ തുടങ്ങും. ആളിക്കത്തി കൈയാകെ പൊള്ളി ഉറക്കെ അലറി കരയുന്നതു പതിവായപ്പോൾ ജലജ ഇട പെട്ടു:

''നിങ്ങളിതിങ്ങനെ പുകഞ്ഞിട്ടെന്താ? ആ ചെക്കന്റെ വീട്ടുകാരെ ആരെയെങ്കിലും കണ്ട് ഒന്നു സംസാരിച്ചു നോക്കിക്കൂടേ?''

എങ്കിൽ ശരി സുന്ദരനെന്ന കാമുകനെത്തന്നെ കണ്ടുകളയാമെന്നായി.

''സുന്ദരാ, എന്റെ മകളെക്കുറിച്ച് എനിക്കു ചില സങ്കൽപ്പങ്ങളൊക്കെയുണ്ട്.'' അടുത്തുള്ള കാപ്പിക്കടയിൽ അവനെ വിളിച്ചിരുത്തി ഇങ്ങനെ പറഞ്ഞു തുടങ്ങാം:

ഓ, ഏതു തന്തയ്ക്കുമുണ്ടാവും സങ്കൽപ്പം എന്നാവും സുന്ദരൻ കരുതുന്നത്. ശരിയാണ് സുന്ദരാ. സങ്കൽപ്പങ്ങൾ എന്നു പറയുമ്പോൾ അത് തന്തമാരുടേതു മാത്രമായ സങ്കൽപ്പങ്ങളാണ്. ഞങ്ങൾ ഒരു സങ്കൽപ്പമുണ്ടാക്കി വയ്ക്കുന്നു. എന്നിട്ട് അതിലേക്ക് ഞങ്ങളുടെ മകളെ/മകനെ ഞെക്കിത്തള്ളിഞെരിച്ച് കയറ്റി ഒതുക്കി വയ്ക്കാൻ നോക്കുന്നു. ചാടിപ്പോരാതിരിക്കാൻ പെട്ടിയുടെ മൂടി തള്ളിനമർത്തിയടക്കുന്നു. അതിനു പറ്റിയാൽ 'ഹൊ' എന്നാശ്വസിച്ച് ഞങ്ങൾ നെറ്റിയിലെ വിയർപ്പു വടിച്ചു കളഞ്ഞ് അടുത്ത ബാദ്ധ്യതയിലേക്കു തിരിയുന്നു. -ഞങ്ങൾക്കിതു ചെയ്തേ പറ്റൂ. അത് സുന്ദരനിപ്പോൾ മനസ്സിലാവില്ല. സുന്ദരന്റെ പ്രായത്തിൽ എനിക്കും മനസ്സിലായിരുന്നില്ല. അതുകൊണ്ട് എന്റെ സങ്കൽപ്പത്തെ എനിക്കു വിട്ടു തന്നേക്കൂ സുന്ദരാ... എന്നൊന്നും രമേശന് സുന്ദരനോടു പറയേണ്ടി വന്നില്ല. സുന്ദരനെ കുറിച്ച് രമേശനുണ്ടായിരുന്ന സങ്കൽപ്പം തന്നെ അവനെ കണ്ട നിമിഷം കാറ്റെടുത്തു പോയി.

ഹതേ, എന്തൊരു സുന്ദരൻ.

മെലിഞ്ഞ് നീണ്ടു കറുത്ത് കരുവാളിച്ച ഉരുക്കുകമ്പിപോലെ ദേഹം. കൊലപാതകിക്കു ചേർന്ന വളഞ്ഞ് അറ്റം മുട്ടുന്ന കട്ടിപ്പുരികം. സദാ ചുറ്റിനും വെട്ടിപ്പരതുന്ന പാതിയടഞ്ഞ സർപ്പക്കണ്ണുകൾ.

അതിൽ നിറഞ്ഞുനിൽക്കുന്ന കൂസലില്ലായ്മയും കലിപ്പും. കരുവാളിച്ച ചുണ്ടുകൾക്കുള്ളിൽ നുണയുന്ന പാൻമസാലയോ മറ്റെന്തോ. കൈത്തണ്ടയിൽ കെട്ടിയ ചുവന്നതും കറുത്തതുമായ ചരടുകൾ. പൂതം പിടിച്ചൊരു പാന്റും ഇറുകിയ ബനിയനും. പാതി ചെമ്പിച്ചും അല്ലാതെയും കാടുപിടിച്ച് ചിതറിയ തലമുടി. അവ ഇടതിങ്ങിയ മുളങ്കാടുപോലെ ആകാശത്തേക്കുയർന്നു നിൽക്കുന്നു. തലയായാലും തടിയായാലും വെള്ളം കണ്ടിട്ടേയില്ല.

'ജലജയെ പ്രണയിച്ചു നടന്ന കാലത്തെ സ്വന്തം രൂപവും അത് സദാ സുന്ദരമാക്കാൻ നടത്തിയിരുന്ന പരിശ്രമങ്ങളും ഞാനോർത്തുപോയി.' രമേശൻ പിറുപിറുത്തു. എന്നിട്ടു പോലും അവൾ കാൽ നഖങ്ങൾ സമയത്ത് വെട്ടാതെ അകൃതം പിടിച്ചിരിക്കുന്നത് കണ്ടുപിടിച്ചതും അതിൽ അതൃപ്തി കാണിച്ചതും അതോടെ അവ എന്നും കൃത്യമായി വെട്ടിയൊതുക്കി മിനുക്കിയിരുന്നതുമൊക്കെ.

പണ്ട് ആണിന്റെ കാൽ നഖങ്ങളാണ് പെണ്ണ് ആദ്യം ശ്രദ്ധിച്ചിരുന്നത്. ഇന്ന് അവനെ സംബന്ധിക്കുന്ന ഏതാണ് ഒറ്റനോക്കിൽ അവൾ പിടിച്ചെടുക്കുന്നത്?

രമ്യയിൽനിന്നുതന്നെ അത് അറിയാമെന്നു വച്ചു. ചോദിച്ചു.

(''സുന്ദരൻ ആളൊരു പുലിയാണച്ഛാ.''

''നീ എന്തു കണ്ടിട്ടാണ്?''

''എന്തെങ്കിലും കാണണോ?''

''അവൻ കറുത്ത്... കരുമാടി.. വല്ല മെനയുമുണ്ടോ?''

''കറുത്തവനും വേണ്ടേ കല്യാണം?''

''നീ വെളുത്തിട്ടല്ലേ? അത് കണ്ടിട്ടാണ്. അതുമാത്രമല്ല, നീ ഒറ്റ മകളാണെന്നതും വഴിയേ നീ വഴിക്ക് ഈ വീടു സ്വന്തമാക്കാമെന്നതും അവൻ കണ്ടിരിക്കും.''

''അതൊക്കെ അവനും സ്വന്തമായിട്ടുള്ളതു തന്നെ. അമ്മേമുണ്ട് അച്ഛനുമുണ്ട്. സഹോദരങ്ങളില്ലേംതാനും. അച്ഛൻ ജോലിക്കു പോകുന്നില്ലെങ്കിലും അമ്മ പോകുന്നുണ്ട്. അമ്മ ചെറുപ്പവുമാണ്. അവരുടെ കാര്യങ്ങൾ അവർ നോക്കിക്കോളും. എനിക്ക് അവരുടെ വീട്ടിൽ കാര്യമായൊന്നും ചെയ്യാനുണ്ടാവില്ല.'')

''ഇതൊക്കെയാണോ പ്രണയത്തിന്റെ മാനദണ്ഡം?'' രമേശൻ ഒരു ബീഡി കത്തിച്ചുകൊണ്ട് രമേശനോടു ചോദിക്കുന്നു.

മറുപടിയായി രമേശൻ ഒരു മറുചോദ്യം ചോദിച്ചു:

''നിലാവു പോലുള്ള നമ്മുടെ മകൾക്ക് ഈ ഇരുട്ടിന്റെ ആത്മാവിനെ ഇത്രയ്ക്കങ്ങു പോതിച്ചതെങ്ങനെയെന്ന് രമേശൻ ജലജയോടു ചോദിച്ചില്ലേ?''

''ഉവ്വല്ലോ.'' അപ്പോൾ അവൾ കൈമലർത്തി. ഇനിയെന്താ ചെയ്യാ എന്നു ചോദിച്ചപ്പോൾ നടത്തിക്കൊടുത്തില്ലേ അവളു പോകുമെന്നാണു തോന്നുന്നതെന്നും ജലജ പറഞ്ഞു.''

ങ്ഹും, വളർത്തി വലുതാക്കിയവരുടെ ദണ്ണം എങ്ങാനും അവൾക്കറിയുമോ എന്ന് അല്പം നിരുദ്ധകണ്ഠനായി അറിയാതങ്ങു പറഞ്ഞുപോയി. 'അതിനെന്നെ വിളിച്ചെറക്കി കൊണ്ടുപോന്നപ്പോ എന്റച്ഛന്റെ ദണ്ണമോർത്തിരുന്നോ' എന്നൊരു അലർച്ചതന്നെ ജലജയിൽ നിന്നുണ്ടാവുമെന്ന് ഭയന്നതാണ്. എന്തോ, ജലജ അങ്ങനെ ചോദിച്ചില്ല.

(അല്ലെങ്കിലും അവളിപ്പോൾ ഒന്നും ചോദിക്കാറുമില്ല. പറയാറുമില്ല. സ്കൂൾ കാന്റീനിൽ വടയും പഴംപൊരിയും ഉണ്ടാക്കാൻ പോകുന്നതിൽ പിന്നെ നേരേ കണ്ടാൽ പോലും മിണ്ടാറില്ല. ''ങ്ഹും. മകൾടെ പ്രണയം പൊളിക്കാൻ പണീം കളഞ്ഞ് നടക്കുന്ന കെട്ട്യോനേം നോക്കിയിരുന്നാലേ, അടുപ്പു കത്തില്ല്യാ.'')

''അല്ല, ജലജയോടു പ്രണയം തോന്നാൻ കാരണമെന്തായിരുന്നു?'' രമേശൻ ചോദിച്ചു. ''എന്താണ് അവളിൽ ഉണ്ടായിരുന്ന ആകർഷണീയത?''

ഒന്നു ചിന്തിച്ചിട്ട് രമേശൻ പറഞ്ഞു. ''അവള് സുന്ദരിയായിരുന്നതുകൊണ്ട്.''

''അതിന് രമേശനും കാണാൻ മോശമായിരുന്നില്ലല്ലോ. ശരി. അതിനുമപ്പുറത്ത്?''

രമേശൻ ചുഴിഞ്ഞാലോചിച്ചു. പത്തിരുപതു കൊല്ലം പഴക്കമുള്ള വിഷയമാണ്. പെട്ടെന്ന് ഒന്നും ഉള്ളിൽ കിട്ടുന്നില്ല. കുറേ ആഴത്തിൽ ചിന്തിച്ചപ്പോൾ തോന്നുന്നു അവൾക്ക് എന്നെ ഇഷ്ടമായിരുന്നു എന്നത്, ആ ഒരു ബോദ്ധ്യം അഥവാ വിശ്വാസം, അത് ഉള്ളിനും ഉടലിനും പകർന്നിരുന്ന ഒരു ആത്മവിശ്വാസവും ഉന്മേഷവും അതുമാത്രമായിരുന്നു ആ പ്രണയബന്ധത്തിന്റെ രസതന്ത്രമെന്ന്.

ശരി, വിവാഹശേഷം ആ പ്രണയത്തിന്എന്തു സംഭവിച്ചു? ഇപ്പോൾ ജലജയ്ക്കും രമേശനും ഇടയിൽ എന്താണ്, ഇനി അവളോ താനോ മരിച്ചു പോയാൽ ഒപ്പം താനോ അവളോ മരിക്കാൻ തയ്യാറാകുമോ എന്നൊക്കെയുള്ള ചോദ്യങ്ങൾക്ക് രമേശന് ഉത്തരമില്ല.

പകരം രമേശൻ ചിന്തിച്ചു:

ജീവിതാന്ത്യം വരെ പ്രണയിച്ചു മരിച്ചവരുണ്ടോ? രമേശൻ തന്റെ പരിചിതവലയത്തിൽ തിരഞ്ഞു. കിട്ടി. പത്തു വർഷം മുമ്പു മരിച്ചുപോയ സത്യനാഥൻ മാഷും ജോസഫൈൻ ടീച്ചറും. അവർ ഭാര്യാഭർത്താക്കന്മാരായിരുന്നു. എന്നാൽ അവർ മരിക്കുംവരെ കാമുകരുമായിരുന്നു. ചത്ത വീട്ടിലായാലും കല്യാണവീട്ടിലായാലും ഒരുമിച്ചല്ലാതെ കാണില്ല. ആദ്യം ടീച്ചർ മരിച്ചു. മഞ്ഞപ്പിത്തമായിരുന്നു.

ഒരു വർഷം കഴിഞ്ഞൊരു രാത്രിയിൽ കുഴഞ്ഞുവീണ് മാഷും മരിച്ചു.

അപ്പോൾ, അവരെപ്പോലെ വേണമെങ്കിൽ, വിവാഹം കഴിഞ്ഞും പ്രണയം തുടരാമല്ലോ എന്നൊരു എതിർചോദ്യം രമേശനിൽ നിന്നുണ്ടായി. അവർക്കു പക്ഷേ, കുട്ടികളുണ്ടായിരുന്നില്ലെന്നും കുട്ടികളില്ലാഞ്ഞതിനാൽ ആ ദാമ്പത്യജീവിതത്തിനു അതിന്റെ സ്വകാര്യത നഷ്ടപ്പെട്ടില്ലെന്നും തങ്ങൾ ആഗ്രഹിക്കുന്നതുപോലെ ബന്ധം കൊണ്ടുപോകാനവർക്കായി എന്നും മറിച്ചായിരുന്നെങ്കിൽ പലതായി, പല രൂപത്തിലായി, പല പല വഴികളിലൂടെയായി സമൂഹവും അതിന്റെ സാമ്പത്തികാധിഷ്ഠിത രീതികളും അതുവഴിയുള്ള അനേകമനേകം പ്രശ്നങ്ങളം കടന്നുവന്ന് അവരെ കിടക്കയുടെ ഇരുവശങ്ങളിലേക്ക് തന്നെ നീക്കിയകറ്റുമായിരുന്നു എന്നും രമേശൻ രമേശനോടു വാദിച്ചു. ''അതു സത്യം തന്നെ.'' ആത്മനിന്ദയോടെ രമേശൻ രമേശനു തോറ്റു കൊടുത്തു.

ഇങ്ങനെയോരോന്ന് ചിന്തിച്ച് നേരം പാഴാക്കുന്നതിനേക്കാൾ പ്രശ്നം പരിഹരിക്കാനുള്ള വഴി, അതും നയപരമായ രീതിയിലുള്ളത്. കണ്ടെത്തുകയാണ് വേണ്ടതെന്ന് രമേശൻ രമേശനെ ഉപദേശിച്ചു. സുന്ദരന്റെ കടക്കരയിലെ വാർഡ് കൗൺസിലർ അബൂബക്കറെ രമേശന് അറിയാമല്ലോ. അടുപ്പവുമുണ്ട്. ചെന്നു കണ്ടുകൂടെ?

അബൂബക്കർ ഇപ്പോൾ ബി.ജെ.പി മെമ്പറാണ്. അതിനു മുമ്പ് സി.പി.എമ്മിലായിരുന്നു. അതിനും മുമ്പ് കോൺഗ്രസ് മുരളീധരൻ ഗ്രൂപ്പായിരുന്നു. അതിലേക്കെത്തും മുമ്പ് പഴയ ആന്റണി ഗ്രൂപ്പിലായിരുന്നു. അതിന്റെയൊക്കെ തുടക്കം മുസ്ലീം ലീഗിന്റെ വിദ്യാർത്ഥി വിഭാഗമായ എം.എസ്.എഫിൽ നിന്നായിരുന്നു. 'സുന്ദരൻവിഷയ'ത്തിൽ ഇടപെട്ട് എങ്ങനെയെങ്കിലും അവനിൽ നിന്നും മകളെ വേർപ്പെടുത്തി തരണേ എന്ന് അപേക്ഷിക്കാൻ രമേശൻ ചെല്ലുമ്പോൾ അബൂബക്കർ തിരികെ മുസ്ലീംലീഗിലേക്കു കുടിയേറാനുള്ള ശ്രമത്തിലായിരുന്നു. വിഷയം അബൂബക്കർ സശ്രദ്ധം കേട്ടിരുന്നു. എങ്കിലും സുന്ദരന്റെ കൂട്ടുകെട്ടിൽ ചില മുസ്ലീം പിള്ളേരുമുണ്ടെന്നറിഞ്ഞതുകൊണ്ടോ എന്തോ ഒടുവിൽ അബൂബക്കർ തനതു ശൈലിയിൽ മാന്യമായിത്തന്നെ രമേശനിൽ നിന്ന് തടിയൂരി.

തുടർന്നാണ് സുന്ദരനുമായി നേരിട്ടു സംസാരിച്ചത്. ആ കൂടിക്കാഴ്ചകളിലാകട്ടെ, അവൻ ഉടനീളം നിശ്ശബ്ദനായിരുന്നു. അനുനയത്തിൽ ഈ ബന്ധം ഒഴിയാൻ പല വട്ടം അവനോടു പറഞ്ഞപ്പോഴും അവനൊന്നും പറയാതിരുന്നതിനാൽ അറ്റകൈയ്ക്ക്, സുന്ദരാ നിന്നെ കാണാൻ തീരെ കൊള്ളുകയില്ലെന്നും ഇപ്പഴത്തെ നിന്റെ ഈ ഫ്രീക്ക് മട്ടും മാതിരിയും കണ്ടാണ് അവൾ ഇളകിയിരിക്കുന്നതെന്നും

ഇതൊക്കെരണ്ടുകൊച്ചുങ്ങളുംപ്രാരബ്ധങ്ങളുമൊക്കെയാവുമ്പോഴേക്കും കൊണ്ടു നടക്കാൻ നിനക്കു കഴിയാതെ വരുമെന്നും നീ അവൾക്കു കണ്ണിൽ പിടിക്കാത്തവനായി മാറുമെന്നും അവൾക്കു മറ്റാരോടെങ്കിലും പ്രണയം തോന്നാമെന്നും അവന്റെ കൂടെ പോയെന്നുവരാമെന്നും അതുപോലെ ഉണ്ടായ പല പല ഉദാഹരണങ്ങൾ എന്റെ അറിവി ലുണ്ടെന്നും പറഞ്ഞ നിമിഷം സുന്ദരൻ ബൈക്കിന്റെ ടാങ്ക് കവറിൽ നിന്നും ഒരു ചെറിയ സ്പ്രേ എടുത്തു കാണിച്ച് ചിരിച്ചു.

മാരകമായ ചിരി.

"അന്നേരം അവളേം തീർത്ത് വേണേ വണ്ടിക്ക് തലവച്ചാ പോരേ?"

രമേശൻ ഉമിനീരിറങ്ങാതെ നിന്നു പോയി. രക്തച്ഛവി തീരെയി ല്ലാത്ത, വരണ്ടു വിളറി മഞ്ഞച്ച കണ്ണുകൾ കൊണ്ട് രമേശനെ അലസ മായൊന്നു നോക്കിയിട്ട് സുന്ദരൻ യമഹ ഇരപ്പിച്ചു പോയി.

എങ്ങാനും സുന്ദരൻ നിന്നെ ഇട്ടേച്ചു പോയാൽ നീ എന്തു ചെയ്യുമെന്നു ചോദിച്ചതിന് 'അവന്റെ പേരെഴുതി വച്ച് ഞാനങ്ങു ചാവും' എന്നു രമ്യയിൽ നിന്നു കൂടി കേട്ടു.

"തികഞ്ഞു." രമേശൻ ചിരിച്ചു.

അതോടെ ഉറക്കമില്ലാത്ത രാത്രികളങ്ങു പെരുകി. ഒറ്റയ്ക്കുള്ള ചിന്തിച്ചിരിപ്പും വായുവിലെ എഴുത്തുകുത്തുകളും കണക്കുകൂട്ടലു കളും.

ഇതോ പ്രണയം, അതോ ഇങ്ങനെയാണോ പ്രണയിക്കേണ്ടത്? അല്ലെങ്കിൽ ശരിയായ പ്രണയം ഇതുതന്നെയായിരിക്കുമോ? അല്ലാ, എന്റെയും ജലജയുടെയും പ്രണയമായിരുന്നു ശരി എങ്കിൽ ഇന്ന് അതെവിടെ?

("നിങ്ങടേം എന്റേം കാലമല്ലയിത്. അവര് ഒരുമിച്ച് മിണ്ടിയും പറഞ്ഞും നടന്ന് ശരിക്ക് മനസ്സിലാക്കട്ടെ. എന്നിട്ട് ഒത്തുപോണേ പോട്ടേ അല്ലേ, പിരിയട്ടെ. തമ്മില് ശരിക്ക് അറിയാതെ ഒരുമിച്ച് കഴിഞ്ഞട്ടെന്തു കിട്ടാൻ? അല്ലേത്തന്നെ അത് അവർടെ കാര്യം. നിങ്ങള് പണിക്ക് പോ മനുഷ്യാ.")

അവർ പിരിയുമോ എന്നതല്ല പിരിയുന്നത് എങ്ങനെയാവും എന്നതാണ് തന്റെ പ്രശ്നമെന്ന് രമേശനിൽ നിന്ന് കേൾക്കാൻ മന സ്സില്ലാതെ ജലജ തിരിഞ്ഞു കിടന്ന രാത്രി. അവർ പിരിയും പിരിയു മെന്നു തന്നെ ചിന്തിക്കാതെ അവർ നന്നായി മുന്നോട്ടു പോകുമെന്നു കരുതാത്തതെന്താണ് രമേശാ എന്ന് രമേശൻ രമേശനോടു തന്നെ ചോദിച്ചതിന് 'ഇതു കെട്ടകാലം ഇതു കെട്ടകാല'മെന്നു പിറു പിറുത്ത് സന്ദേഹങ്ങളടങ്ങാതെ, ഉറക്കമില്ലാതെ, രമേശൻ കിടന്നു രുളുന്ന രാത്രി.

പാതിരാ.

മാരകമായ ആ പ്രണയം.

അത് വേനൽച്ചൂടിൽ തുറന്നിട്ട ജനാലയ്ക്കൽ വന്നു നിൽക്കുന്നു. അത് അഗ്നിപ്പുടവയുടുത്തിരിക്കുന്നു. കനൽമാലയണിഞ്ഞിരിക്കുന്നു. തീ തുപ്പുന്ന കണ്ണുകളോടെ രമേശനെ നോക്കി നിൽക്കുന്നു. അവൾ മന്ദഹസിക്കുന്നു. അവളുടെ മുടിയിഴകൾ കെട്ടഴിഞ്ഞ് ഈ ലോകം തന്നെ കരിച്ചുകളയുംവിധം ജ്വാലകളായി പടർന്നുലയുന്നു. അതു കാണാതിരിക്കാൻ രമേശൻ കണ്ണടച്ചു. അടഞ്ഞ കണ്ണിലും അവൾ നിന്നു ചിരിച്ചു. സഹികെട്ട് രമേശൻ ജനാലയ്ക്കലേക്കു ചെന്ന് കേണു:

''ദൈവത്തെയോർത്ത് നീ എന്റെ കുഞ്ഞിന്റെ ജീവൻ പോകാനിട വരുത്താതെ, അവൾക്കും ആ ചെറുക്കനുമിടയിൽ നിന്നു പോ. അവർ പരസ്പരം മറന്നു മറന്നു പോട്ടെ. നീ വേറേ ഏതെങ്കിലും ദേഹത്ത് ചെന്നു കയറ്... ചെല്ല്. ''

പ്രണയം ചിരിച്ചു. പൊട്ടിപ്പൊട്ടി ചിരിച്ചു. ഒപ്പം തീ തുപ്പി. പിന്നെ പെട്ടെന്ന് അതിലെ ജ്വാലകളിൽ ഒന്ന് ജനാലക്കമ്പികൾക്കിടയിലൂടെ വന്ന് രമേശന്റെ മുടിയിൽ പിടിച്ച് വലിച്ചടുപ്പിച്ച് അയാളുടെ കവിളിൽ അമർത്തിയൊന്നു ചുംബിച്ചു. ശേഷം മറ്റൊരു ജ്വാലയുമായി ഇണചേർന്ന് കത്തുന്ന ഉടലോടെ ജ്വാലാമുടികൾ പറത്തി അവിടമാകെ തീവെളിച്ചമുണ്ടാക്കി. യാത്ര പറഞ്ഞുപോകുംപോലെ രമേശനു നേരേ കൈവീശി. അകലേക്കു മറഞ്ഞു. രമേശന് അതൊന്നും കാണാനായില്ല.

ചുട്ട ചുംബനമായിരുന്നു. കവിളിലെ തൊലിയും മാംസവും അസ്ഥിയും പിരുപിരാന്ന് ഉരുകിക്കൂടുകയാണ്. അതിന്റെ പൊള്ളൽ, എല്ലു തുളച്ചു കയറുന്ന വേദന. കണ്ണുകൾ രണ്ടും ഉരുകി രണ്ടു കുഴികളായിപ്പോയി. നീറ്റൽ, പുകച്ചിൽ. ഒന്നും കാണാൻ വയ്യ. കേൾക്കാം.

ആ യാത്ര പറച്ചിൽ രമേശനിൽ ഉണർത്തിയ സംശയം രമേശനെ മകളുടെ മുറിക്കു മുന്നിൽ എത്തിച്ചു. അകം ശൂന്യമായിരുന്നു. അവളുടെതായ യാതൊന്നും ബാക്കി വച്ചിരുന്നില്ല. ബാക്കിയുള്ളത് കവിളിൽ അപ്പോഴും അവൾ പകർന്ന അവസാന ചുംബനത്തിന്റെ എരിച്ചിൽ.

പുറത്ത് മഴ പെയ്യുന്നുണ്ടോ? അത് ഞാനും ജലജയും അന്ന് ഒരുമിച്ചു നനഞ്ഞ കുളിർമഴയാണോ? അതോ എല്ലാം കരിക്കുന്ന തീമഴയോ?

ഇരുളിൽ തപ്പിത്തടയുമ്പോൾ രമേശൻ രമേശനോടു ചോദിച്ചു.

■

കരി

സത്യത്തിൽ രാമചന്ദ്രന് മായാദേവിയെക്കുറിച്ച് പുതിയതായി ഒന്നും അറിയില്ലായിരുന്നു. സ്കൂളിൽ ഒരുമിച്ചു പഠിച്ചിരുന്ന കാലത്തെ കാര്യങ്ങൾ അല്ലാതെ. രാമചന്ദ്രന്റെ വീടിന് തെക്ക് കുറേ അകലെ, പൂട്ടിപ്പോയ 'സീലോർഡ്' ടാക്കീസിനു തൊട്ടു പിന്നിലായിരുന്നു അവളുടെ വീട് എന്നതും മറ്റു ചില കാര്യങ്ങളും ഓർമ്മയിലുണ്ട്.

രാമചന്ദ്രൻ സർക്കാർവക സ്കൂളിൽ ഏഴിൽ പഠിക്കുമ്പോൾ മായാദേവിയും ഒപ്പം പഠിച്ചിരുന്നു. അവളുടെ അച്ഛൻ സുരയ്ക്ക് സിനിമകളുടെ വീഡിയോ സിഡികൾ വാടകയ്ക്കു കൊടുക്കുന്ന ചെറിയൊരു കടയുണ്ടായിരുന്നു. സുര പകർപ്പെടുത്തു വയ്ക്കുന്ന പുതിയ സിനിമയുടെ കള്ള സിഡി അച്ഛനറിയാതെ എടുത്ത് അവൾ ക്ലാസ്സിൽ കൊണ്ടു വരും. അവൾക്ക് ഇഷ്ടമുള്ളവർക്കു മാത്രം അഞ്ചു രൂപാ നിരക്കിൽ കൊടുക്കും. കൈമാറിക്കണ്ട് വാടകയോടൊപ്പം കൃത്യമായിട്ടവൾക്ക് തിരികെ കൊടുത്തിരിക്കണം. കിട്ടിയില്ലെങ്കിൽ ആദ്യം ആരാണോ അവളിൽ നിന്നു വാങ്ങിയത് അയാൾക്ക് ആൺകുട്ടിയോ പെൺകുട്ടിയോ എന്നു നോക്കാതെ ചെവി അടഞ്ഞു പോകുന്ന വിധത്തിൽ ചീത്ത കേൾക്കാം. വെറും ചീത്തയല്ല. പച്ചത്തെറി. പരസ്യമായി ചാളവെള്ളം ദേഹത്ത് വീണതുപോലിരിക്കും. പൊതുവേ മുൻശുണ്ഠിക്കാരിയാണ് മായാദേവി. കലി കയറിയാൽ ടീച്ചർമാരാണെന്നൊന്നും നോക്കില്ല. ടീച്ചർമാർക്ക് തെറിയുടെ കാര്യത്തിൽ ഇളവുണ്ടാകും എന്നു മാത്രം.

മായാദേവി ഒട്ടും സുന്ദരിയല്ല. മെലിഞ്ഞിട്ടുമാണ്. നിറവും പോരാ. കഷ്ടിച്ച് ഇരുനിറമെന്നു പറയാം. ആ പ്രായം പെൺകുട്ടികൾക്ക് ഉണ്ടാകാവുന്നതിന്റെ പകുതിയുടെ പകുതി പോലും മുടിയില്ല. ഉള്ളത് എണ്ണമയമില്ലാതെ ചൂട്ടുപോലെ നീണ്ടു കിടക്കും. കൈയിലും കാലിലും ഒക്കെ മൊരി കളം വരച്ചിട്ടിരിക്കുന്നതുകൊണ്ട് രാമചന്ദ്രന്റെ ഉറ്റചങ്ങാതിയായിരുന്ന സജീവൻ കൊടുത്തിരുന്ന പേര് കപ്പലണ്ടിപ്പിണ്ണാക്ക് എന്നാണ്. എസ്തേർ, റിഹാന, രാജലക്ഷ്മി, ഷീലാ

തോമസ്, തുടങ്ങി ഒരു കാലിൽ ലേശം ഞൊണ്ടുള്ള മണിക്കുട്ടിയടക്കം കാണാൻ അതിസുന്ദരികളായ പെൺകുട്ടികളായിരുന്നു ക്ലാസ്സിൽ. അവർക്കിടയിൽ ഒരു അക്ഷരപ്പിശകു പോലെയാണ് മായാദേവി.

അവളുടെ അമ്മ ജയന്തി അവരുടെ പുതിയ വീടിന്റെ പ്ലംബിങ് ജോലിക്കു വന്ന സണ്ണിയുടെ കൂടെ ഓടിപ്പോയിരുന്നു. ആ വാശിക്ക് അച്ഛൻ അവളുടെ അമ്മയുടെ അനിയത്തി ഭാമിനിയെ വിളിച്ചു കൊണ്ടു വന്ന് കൂടെപ്പാർപ്പിച്ചു. അതറിഞ്ഞു കലിതുള്ളി വന്ന അച്ഛന്റെ അമ്മ സാവിത്രി രണ്ടിനേയും വീട്ടിൽ നിന്ന് അടിച്ചിറക്കി വീട് പിടിച്ചെടുത്ത് സ്വന്തം അധീനതയിലാക്കി മായാദേവിയോടൊപ്പം താമസം തുടങ്ങി. അമ്മൂമ്മയുടെ ഭരണത്തിൻകീഴിൽ ജീവിതം തുടർന്ന മായാദേവി പിന്നെ അമ്മൂമ്മയെ അല്ലാതെ വേറെയാരെയും തെല്ലും വിലവച്ചിട്ടില്ല. ക്ലാസ്സിലെ കുട്ടികൾ തമ്മിൽ പറഞ്ഞു കേട്ട മായാദേവിയുടെ ഈ ചരിത്രവും അവളുടെ പ്രകൃതവും വായിൽ നിന്നു വീഴുന്നതും ഒക്കെ ചേർന്ന് രാമചന്ദ്രന് അവളുമായി ഒരു തരത്തിലും ഇടപഴകാൻ തോന്നിയിരുന്നില്ല.

ഏഴാം ക്ലാസ്സു വിട്ടതിൽ പിന്നെ രാമചന്ദ്രൻ മായാദേവിയെ കണ്ടിട്ടുമില്ല. രാമചന്ദ്രൻ നല്ല മാർക്കിൽ പത്തു പാസ്സായി. നന്നായി പഠിച്ചു കയറി പേരെടുത്ത ഒരു ഐടി കമ്പനിയിൽ കനത്ത ശമ്പളത്തിൽ നിയമനവും നേടി. ശേഷം, അച്ഛനമ്മമാരും ഏക സഹോദരിയും ഒക്കെ ചേർന്ന് കല്യാണാലോചനകളൊക്കെ നടത്തുന്നതിനിടയിലാണ് അപ്രതീക്ഷിതമായി മായാദേവി രാമചന്ദ്രനു വിഷയമാകുന്നത്.

ഒരു ദിവസം അത്യാഹ്ലാദത്തോടെ രാമചന്ദ്രന്റെ അമ്മ, സത്യവതി എന്ന സത്യ, രാമചന്ദ്രന്റെ അച്ഛൻ സൗദിയിൽ കോൺട്രാക്റ്ററായ ശിവരാജനോട് വീഡിയോ കോളിൽ പറഞ്ഞു:

''രാമന് ഒരു നല്ല കാര്യം വന്നിട്ടുണ്ട്. നമ്മുടെ നാട്ടീന്നു തന്നെയാണ്. ഇങ്ങനെയൊരു കൊച്ചുള്ള കാര്യം നമ്മളാരും അറിഞ്ഞില്ലന്നേള്ളൂ. നിങ്ങടെ ചേട്ടനും ചേച്ചിയും പിന്നെ എന്റെ നാത്തൂനുമൊക്കെ പറയുന്നത് ബസ്റ്റ് കാര്യാന്നാ.''

സത്യ ശിവരാജനോടു പറഞ്ഞതു പോലെ തന്നെ രാമചന്ദ്രന്റെ ചേച്ചി രാധി നേവിയിൽ നിന്നും അവധിക്കു വന്ന ഭർത്താവ് ഷിബുവിനോടും അമ്മായിയമ്മയായ ഭാസുരയോടും പറഞ്ഞു. മറ്റു ബന്ധുക്കളോടും പറഞ്ഞു പറഞ്ഞ് രാമചന്ദ്രനും മായാദേവിയും തമ്മിലുള്ള കല്യാണം അവരൊക്കെ കൂടി ഏതാണ്ട് ഉറപ്പിച്ച മട്ടായി.

എന്നാൽ ഓൺലൈനിൽ കല്യാണ സൈറ്റിൽ മായാദേവിയുടെ പല പോസിലുള്ള ഫോട്ടോ കണ്ട് ആളെ തിരിച്ചറിഞ്ഞ് ഉറപ്പു വരുത്തിയ രാമചന്ദ്രൻ ഒന്നു വല്ലാതെയായി. ഉദ്ദേശിച്ച ആൾ തന്നെ.

അന്ന് മെലിഞ്ഞിട്ടായിരുന്നെങ്കിൽ ഇന്ന് കുറച്ചൊക്കെ വണ്ണം വച്ചിട്ടുണ്ട്. പൊക്കവും ഉണ്ട്. മുടി ബോബ് ചെയ്തും എന്തോ തരം കളർ ഉപയോഗിച്ചും ഒക്കെ പുതിയ ഫാഷനിൽ ആക്കിയിട്ടുണ്ട്. മൊത്തത്തിൽ ഒന്നു മിനുത്തതിന്റെയാവാം ഇരുനിറം ഒന്നു മങ്ങിത്തെളിഞ്ഞ് ആകമാനം ചാരം പൂശിയതുപോലെയായിട്ടുണ്ട്. കണ്ണുകളിലെ തീ അതേ പടി തന്നെ. നോട്ടം കൊണ്ടു തന്നെ ദഹിപ്പിച്ചു കളയുമെന്ന മട്ടിൽ ആരോടും കൊമ്പു കോർക്കാൻ തന്നെ എടുത്തു പിടിച്ചാണ് നിൽപ്പ്. പ്രൊഫൈലിലെ വിവരങ്ങളിൽ നിന്നും ഫോട്ടോകളിൽ നിന്നും മായാദേവിക്ക് ഇപ്പോൾ സാംസ്കാരിക വകുപ്പിൽ ഭേദപ്പെട്ട ഇനിയും ഉയർന്നു പോകാവുന്ന ഉദ്യോഗമുണ്ടെന്നും സ്വന്തമായി ഫ്ളാറ്റും വീടും പുരയിടവും ഒക്കെ ഉണ്ടെങ്കിലും അമ്മൂമ്മയുടെ മരണശേഷം താമസം വനിതാ ഹോസ്റ്റലിൽ ആണെന്നും ഒരു ബെൻസു കാറുണ്ടെന്നും രാമചന്ദ്രനു മനസ്സിലായി. അമ്മൂമ്മ വഴി കിട്ടിയ കുടുംബസ്വത്തായിരിക്കാം അതിനൊക്കെ പിന്നിൽ എന്ന് അവൻ ഊഹിച്ചു.

രൂപം കൊണ്ടോ, ഇനിയും മാറിയിട്ടില്ല എന്നു തോന്നിക്കുന്ന ആ സ്വഭാവം കൊണ്ടോ തന്നെ ഒട്ടും ആകർഷിക്കാത്ത മായാദേവിയെ തനിക്ക് വധുവായി ആലോചിക്കാൻ അമ്മയെയും ചേച്ചിയെയും മറ്റു ബന്ധുക്കളെയും പ്രേരിപ്പിക്കുന്നതെന്ത് എന്ന് പിടികിട്ടാതിരുന്ന രാമചന്ദ്രൻ ഏതായാലും ഇക്കാര്യത്തിൽ തന്റെ അഭിപ്രായം, അതു പറയേണ്ട സമയമാകുമ്പോൾ മാത്രം പറയാമെന്നു വച്ചു.

പക്ഷേ സ്വജനങ്ങൾ അതിനകം ഏറെ മുന്നോട്ടു പോയിക്കഴിഞ്ഞു. വളരെ അടുത്ത ദിവസം തന്നെ രാമചന്ദ്രനും മായാദേവിയും തമ്മിലുള്ള ഒരു കൂടിക്കാഴ്ചയും തീരുമാനിക്കപ്പെട്ടുകഴിഞ്ഞു. അച്ഛൻ ശിവരാജൻ ഒഴിവുണ്ടാക്കി നാട്ടിലെത്തിയാൽ ഉടൻ കല്യാണമാണെന്ന് സത്യ ഫോണിലൂടെയും അല്ലാതെയും നാട്ടുകാരെയാകെ അറിയിച്ചിരിക്കുന്നു. രാധി ഷിബുവിനോട് അനിയന്റെ കല്യാണം കഴിയും വരെ ലീവു നീട്ടാൻ പറയുകയും അങ്ങനെയാകാമെന്ന് ഷിബു സമ്മതിക്കുകയും ചെയ്തിരിക്കുന്നു.

‘‘അല്ലാ, അപ്പൊ എന്റെ അഭിപ്രായമൊന്നും അറിയേണ്ടേ?’’ നീരസമൊതുക്കി രാമചന്ദ്രൻ ചോദിച്ചു. ‘‘എനിക്കു വേണ്ടിത്തന്നെയാണല്ലോ ഇത്?’’

മായാദേവിയെക്കുറിച്ചുതന്നെ സംസാരിച്ചുകൊണ്ടിരുന്ന സത്യയും രാധിയും സംസാരം നിറുത്തി ഒന്നും പിടികിട്ടാതെ പരസ്പരം നോക്കി.

‘‘നിനക്കതിന് എതിരഭിപ്രായമൊന്നും ഉണ്ടാവാനിടയില്ലല്ലോ?’’

‘‘അതേ.’’ രാധിയും അമ്മയെ പിന്തുണച്ചു. ‘‘ഇത്രേം നല്ല കാര്യമിനി എവിടന്നാ?’’

''നിങ്ങളീ പറയുന്ന മായാദേവിയുടെ സ്വഭാവം എനിക്കു പണ്ടേ അറിയാം. നന്നായിത്തന്നെ. ഇപ്പഴത്തെ മായാദേവിയും അവളും തമ്മിലുള്ള വ്യതാസം എന്നു പറയുന്നത്, സർക്കാരു ജോലിയുണ്ട്. ബൻസുണ്ട്. വണ്ണം വച്ചിട്ടുണ്ട് എന്നതു മാത്രമാണ്. എന്തായാലും ശരി. എനിക്കീ ബന്ധം വേണ്ട''

എന്താണ് മായാദേവിയുടെ കുറവ് എന്നാണ് സത്യ പൊട്ടിത്തെറിച്ചുകൊണ്ടു ചോദിച്ചത്. രാധിയും വിട്ടില്ല. ''നിനക്കു പറ്റില്ലെന്നു പറഞ്ഞാൽ പോരാ അതിന്റെ കാര്യവും പറയണം. കേൾക്കുന്നവർ കേൾക്കുന്നവർ അസൂയ അടക്കി തന്നെയാണെങ്കിലും പറയുന്നത് നിങ്ങളുടെ കുടുംബത്തേക്ക് മഹാലക്ഷ്മിയാണു കേട്ടോ വരാൻ പോകുന്നതെന്നാണ്. അറിഞ്ഞവരാകട്ടെ ചോദിക്കുന്നു, എന്നാണ് എപ്പോഴാണ് കല്യാണമെന്ന്. അപ്പോഴാ നിന്റെ ഈ ഇടംതിരിപ്പ്.''

സർക്കാരു ജോലിയോ നിറമോ ഒന്നുമല്ല കാര്യമെന്നും സ്വഭാവമാണെന്നും അവളെപ്പോലൊരു പെണ്ണിന്റെ കൂടെ ജീവിക്കുന്ന കാര്യം സ്വപ്നത്തിൽ പോലും ചിന്തിക്കാനാവില്ലെന്നും രാമചന്ദ്രൻ പറഞ്ഞു. എന്നാൽ സത്യയും രാധിയും അത് ശക്തമായി നിഷേധിച്ചു. അവർ രണ്ടുപേരും മായാദേവിയെ ഇനിയും കണ്ടിട്ടില്ലെങ്കിലും അടുത്ത ബന്ധുക്കളും മറ്റു പലരും പറഞ്ഞതും ആവേശത്തോടെ പറഞ്ഞുകൊണ്ടിരിക്കുന്നതും മായാദേവി ശരിക്കും മായാദേവി തന്നെയാണെന്നാണ്. പട്ടു പോലത്തെ പെരുമാറ്റം. എന്തൊരു വിനയം. അലിവും സ്നേഹവായ്പ്പും വിശുദ്ധിയും കലർന്നൊരു മൃദുമന്ദഹാസം സദാ മുഖത്തുണ്ടാകും. അവൾ സോഷ്യൽ മീഡിയയിൽ കവിതകളെഴുതും. അതൊക്കെ ഗംഭീരമാണെന്നാണ് പരക്കെ അഭിപ്രായം. എന്നിട്ടാണ്!

തനിക്കു സാമാന്യം നല്ല നിറമുണ്ട്. ആകയാൽ നിറത്തിന്റെ കാര്യത്തിലെങ്കിലും ഒരു ചേർച്ച വേണ്ടേ എന്ന് രാമചന്ദ്രൻ ചോദിച്ചതിന് രാധി അയാളെ തിന്നാൻ ചെന്നു. ''പവൻ! പത്തരമാറ്റു പവൻ നിറമാണ് മായാദേവിക്കെന്നാ എല്ലാവരും പറയുന്നത്. അങ്ങനെ നോക്കുമ്പോൾ നീയാണ് അവൾക്കു ചേരാത്തത്. നിനക്ക് അവളെക്കുറിച്ച് എന്തറിയാമെന്നാ വീമ്പിളക്കുന്നത്?'' വികാരാവേശത്താൽ പെങ്ങൾ നിന്നു വിറച്ചു.

കാര്യങ്ങൾ ഇങ്ങനെയൊക്കെ ആകുമെന്നു നേരത്തേ തോന്നിയിരുന്നെങ്കിൽ സഹപ്രവർത്തകയായ ജാസ്മിൻ മുഹമ്മദിനോടുള്ള അടുപ്പത്തെക്കുറിച്ച് അവളോടു തന്നെ തുറന്നു പറഞ്ഞ് അവൾക്ക് മനസ്സുണ്ടെങ്കിൽ റജിസ്റ്റർ വിവാഹം ചെയ്യാമായിരുന്നു എന്ന് രാമചന്ദ്രൻ ഓർത്തു. ജാസ്മിൻ വെളുത്തു തുടുത്ത് സുന്ദരിയായ പെൺകുട്ടിയൊന്നുമല്ല. കറുത്തിട്ടു തന്നെയാണ്. പക്ഷേ, അവൾ തന്റെ നിറത്തെക്കുറിച്ചോ വെളുത്ത നിറമുള്ളവർ തന്നെ എങ്ങനെ കാണുന്നു

എന്നതിനെക്കുറിച്ചോ തെല്ലും ചിന്തിക്കുന്നതായി രാമചന്ദ്രനു തോന്നിയിട്ടില്ല. നിലയും വിലയും നിറവും നോക്കാതെ ഏവരോടും ശാന്തമായി ഇടപഴകുന്ന ജാസ്മിനും രാമചന്ദ്രനുമിടയിൽ വിശാലമായൊരു സൗഹൃദം തന്നെയുണ്ട്. നല്ല വായനക്കാരിയാണ് ജാസ്മിൻ. വായിച്ച പുസ്തകങ്ങൾ കൈമാറിയും അവയെക്കുറിച്ച് വസ്തുനിഷ്ഠമായി ചർച്ച ചെയ്തുമാണ് അവർ നല്ല അടുപ്പമായത്. ഏറെ വാഴ്ത്തപ്പെടുകയും പുകഴ്ത്തപ്പെടുകയും ചെയ്യപ്പെടുന്ന പുസ്തകങ്ങളിൽ ചിലത് വകയ്ക്കു കൊള്ളാത്തതാണെന്ന സത്യം അവർ പരസ്പരം പറയും. എന്നാൽ പരക്കെ ഉള്ള അഭിപ്രായം മറിച്ചായിരിക്കും. അത് എന്തുകൊണ്ടാണ് അങ്ങനെ എന്ന് അവർ പരസ്പരം ശങ്കിക്കും. എഴുത്തുകാരന്റെ അപ്രമാദിത്വമോ അയാളോടുള്ള അന്ധമായ ആരാധനയോ ആണോ കൊള്ളാത്തതും കൊള്ളും കൊള്ളും എന്ന ആർപ്പുവിളിക്കു പിന്നിൽ? അഥവാ ഇനി നമ്മൾ വായിക്കുന്നതിന്റെ കുഴപ്പമാണോ?

എന്തായാലും പൊതു അഭിപ്രായത്തിന് എതിരു നിൽക്കേണ്ടെന്നു കരുതി ഉള്ളിൽ തോന്നിയത് പുറത്ത് പറയാറില്ല.

''ഇതു പക്ഷേ പുസ്തകത്തിന്റെയല്ല. ജീവിതത്തിന്റെ കാര്യമാണ്'' എന്ന് രാമചന്ദ്രൻ പറഞ്ഞപ്പോൾ ജാസ്മിൻ ചിരിച്ചു:

''ഇപ്പോൾ പുസ്തകവും ജീവിതവും ലോകവുമൊക്കെ ഒരുപോലെയായതുകൊണ്ട് ഒന്നിനെയും വെവ്വേറെ കാണേണ്ടതില്ല. ഒരേ നുണ തന്നെ എല്ലാത്തിനും ചേരും.''

ജാസ്മിൻ മായാദേവിയുമായുള്ള ആലോചനയ്ക്ക് 'ബെസ്റ്റ് വിഷസ്' പറഞ്ഞു നാളെ കാണാമെന്നു പറഞ്ഞു പിരിഞ്ഞു. ജാസ്മിനോടു തനിക്കു ഇഷ്ടമുണ്ടെന്ന സത്യം പറയാനോ ആ സത്യം അവൾക്കു മനസ്സിലാക്കാനോ കഴിയാതെ പോയതിലുള്ള ഇച്ഛാഭംഗം മാത്രം രാമചന്ദ്രന്റെ ഉള്ളിൽ ബാക്കിയായി.

ജാസ്മിനും ഈ വിവാഹത്തിന് മംഗളം ആശംസിച്ചതോടെ എത്ര ആലോചിച്ചിട്ടും ഇവരൊക്കെ എന്താ ഇങ്ങനെ എന്ന് രാമചന്ദ്രൻ അമ്പരന്നു.

ഇതേ അവിശ്വസനീയതയും അതിൽ നിന്നുയർന്ന നേർത്ത അസ്വസ്ഥതയും നേരിടേണ്ടി വന്ന രണ്ട് കാര്യങ്ങൾ കൂടി ആയിടെ ഉണ്ടായതും അവൻ ഓർത്തു.

കൃത്യം രണ്ടു വർഷം മുമ്പ് ഉത്തര ദേശത്ത് നടന്ന ഒരു ലഹളയെ സംബന്ധിച്ചുണ്ടായ ജുഡീഷ്യൽ റിപ്പോർട്ടാണ് ഒന്ന്. ആ റിപ്പോർട്ട് കണ്ടെത്തിയ സത്യം അങ്ങനെയൊരു ലഹള അന്നേ ദിവസം ആ ദേശത്ത് നടന്നിട്ടേയില്ല എന്നതായിരുന്നു. 54 പേർ കൊല്ലപ്പെടാനും 96 പേർക്കു പരിക്കേൽക്കാനും 87 വ്യാപാരസ്ഥാപനങ്ങൾ കൊള്ളി

വയ്ക്കപ്പെടാനും ഇടയായതായി പറയപ്പെടുന്ന ആ സംഭവം ആള പായമോ സാമ്പത്തികനഷ്ടമോ വസ്തുനാശമോ ഉണ്ടാകാനിടയില്ലാത്ത വിധത്തിലുള്ള ചെറിയ ഒരു കശപിശമാത്രമായിരുന്നു എന്നാണ് റിപ്പോർട്ട് അർഥശങ്കയ്ക്കിടമില്ലാത്ത വിധം സ്ഥാപിച്ചിരുന്നത്. ഭരണ സഭ അത് കയ്യടിച്ചു പാസ്സാക്കുകയും ചെയ്തിരുന്നു.

രണ്ടാമത്തെ കാര്യം ഈയടുത്ത് രാമചന്ദ്രൻ എഴുതിയ സർക്കാർ സർവീസിലേക്കുള്ള പരീക്ഷയിലെ ഒരു ചോദ്യമായിരുന്നു. ഒരു വർഷം മുമ്പുണ്ടായ വലിയ ഉരുൾപൊട്ടലിന്റെയും ജലപ്രളയത്തിന്റെയും ഹേതു എന്ത് എന്ന ചോദ്യത്തിന് ഉത്തരമായി തെരഞ്ഞെടുക്കാൻ കൊടുത്തിരുന്ന കാരണങ്ങളിൽ യഥാർഥ കാരണമെന്ന് പരിസ്ഥിതി വിദഗ്ധർ ചൂണ്ടിക്കാണിച്ചിരുന്ന വസ്തുത ഉൾപ്പെട്ടിരുന്നില്ല. ഒരു അനധികൃത ചെക്ക് ഡാം അതിന്റെ ചുമതലക്കാർ ഓർക്കാപ്പുറത്ത് തുറന്നുവിട്ടതിന്റെ ഫലമാണാ ദുരന്തം എന്ന സത്യം ചോദ്യപ്പേപ്പറിൽ പോലും രേഖപ്പെടുത്താത്ത വിധം അട്ടിമറിക്കപ്പെട്ടപ്പോൾ രാമചന്ദ്രന് ആ ചോദ്യം ഉത്തരമെഴുതാതെ തന്നെ വിടേണ്ടി വന്നു.

ഇതെല്ലാം ചേർന്ന് സ്വന്തം ബോധത്തെക്കുറിച്ചും ബോധ്യത്തെക്കുറിച്ചും പോലും രാമചന്ദ്രനിൽ ചില സംശയങ്ങളുണ്ടായി. അതവന്റെ ഉറക്കം കെടുത്തി. ഉറക്കത്തിൽ അവൻ പലതും കണ്ടു. മായാദേവിയുടെ മുഴുനീള രൂപം എത്രയും ഭംഗിയായി ആലേഖനം ചെയ്ത ഫ്ളക്സുകൾ രാമചന്ദ്രൻ പോകുന്നിടത്തൊക്കെ വച്ച് അവന്റെ കൺമുന്നിൽ വച്ച് സ്വന്തക്കാരും ബന്ധുക്കളും പാലഭിഷേകം നടത്തുന്നു. ആ ചിത്രങ്ങളിൽ നിന്നൊക്കെ അവളുടെ നാവ് നീണ്ടു വളഞ്ഞ് അവന്റെ നേർക്കു വന്ന് പത്തി വിരുത്തി കൊത്താനോങ്ങുന്നു.

സഹികെട്ട് രാമചന്ദ്രൻ മായാദേവിയെ കാണാൻ തന്നെ തീരുമാനിച്ചു. ആരുമറിയാതെ.

അതിനായി പോകുമ്പോഴും വാട്സാപ്പിലും മറ്റുമായി പരിചയക്കാരിൽ നിന്നും ബന്ധുക്കളിൽ നിന്നും മായാദേവിയുമായുള്ള ബാന്ധവത്തിന് ആശംസകളും അഭിനന്ദനങ്ങളും വന്നുകൊണ്ടിരുന്നു. അതിനൊന്നിനുപോലും രാമചന്ദ്രൻ ഒരു തരത്തിലും പ്രതികരിച്ചില്ല. എങ്കിലും അതിനകം നേർത്തൊരു പ്രതീക്ഷ അവനിൽ രൂപം കൊണ്ടിരുന്നു. ഇപ്പറയുന്നതു പോലെയൊക്കെ തന്നെയാണെങ്കിലോ? സ്വഭാവത്തിലും മാറ്റംവന്നിട്ടുണ്ടെങ്കിലോ? നിറത്തിന്റെ കാര്യം വിടാം. കറുത്തുപോയെങ്കിലെന്ത്? വെളുത്തിരുന്നാൽ തന്നെയെന്ത്? മരിച്ചുകഴിഞ്ഞാൽ പിന്നെ എല്ലാം കരിക്കട്ട തന്നെ. ആ നിലയ്ക്ക് നേരിൽ തന്നെ കണ്ട് ഒന്നു സംസാരിച്ചാലോ?

ആ ദിവസങ്ങളിൽ ഇറങ്ങിയ ഒരു വാരിക മായാദേവിയുടെ വലിയ മുഖം കവർ ചിത്രമാക്കിയാണ് ഇറങ്ങിയത്. മുഖത്തിനു താഴെയായി

''മായാദേവി എഴുതിയ മഹത്തായ കവിത'' എന്ന അടിക്കുറിപ്പോടെ അത് പെട്ടിക്കടകളിൽ തൂങ്ങിക്കിടന്നാടിക്കളിച്ചു. രാമചന്ദ്രനെ നോക്കി 'കണ്ടോടാ... മോനേ കണ്ടോ' എന്നു കളിയാക്കി ചിരിച്ചു. ഏതായാലും നേരിട്ടു കാണാൻ തീരുമാനിച്ച സ്ഥിതിക്ക് കവിത ഒന്നു വായിച്ചിരിക്കാം, 'കവറിത'യായതിൽ അഭിനന്ദിക്കുകയും ചെയ്യാം എന്നു കരുതി രാമചന്ദ്രൻ ആഴ്ചപ്പതിപ്പു വാങ്ങി കവിത വായിച്ചു. ഇലസ്ട്രേഷൻ കൊണ്ടു നിറച്ച ഒരു മുഴുനീള പേജിനു നടുവിൽ ആറോ ഏഴോ വരികൾ മാത്രം. അതു വായിച്ചു കഴിഞ്ഞ് അതിലേക്ക് ഒരു മരണക്കിണറിലേക്കെന്നോണം നോക്കി രാമചന്ദ്രൻ മന്ദനെപ്പോലെയിരുന്നു.

''ഇതെന്താണിത്?'' രാമചന്ദ്രൻ ആ വാരികയിലെ കവിത കാണിച്ച് ജാസ്മിനോടു ചോദിച്ചു. അതാണിപ്പോൾ ഫേസ് ബുക്കിലും വാട്സാപ്പിലും ആഘോഷിക്കപ്പെടുന്നത് എന്ന് ജാസ്മിൻ ചിരിച്ചു.

ഏതായാലും കവിത കണ്ടോ വായിച്ചോ എന്നെങ്ങാനും ചോദിച്ചാൽ കണ്ടു, വായിച്ചു, ക്ഷമിക്കണം, ഒട്ടും നന്നായി തോന്നിയില്ലാ എന്നു സത്യമായി തന്നെ പറയാമെന്നു കരുതി മായാദേവിയുടെ ഓഫീസ് ക്യാബിന്റെ ഹാഫ് ഡോറിനടുത്ത് ചെന്നതാണ് രാമചന്ദ്രൻ.

അകത്തു നിന്നു സംസാരം കേട്ടതുകൊണ്ട് പെട്ടെന്ന് കടന്നു ചെന്നില്ല. അതു തീരാൻ കാത്തു നിൽക്കാമെന്നു കരുതി. ഫോണിൽ ശബ്ദം താഴ്ത്തി മറ്റാരും കേൾക്കാത്ത വിധമാണ് അവളുടെ സംസാരം. വേഗത്തിൽ നിർത്താതെ പറഞ്ഞുകൊണ്ടിരിക്കുകയാണ്. ആവേശം മൂത്തിട്ടാവാം കസേര നിരക്കി നീക്കി ചാടി എഴുന്നേറ്റപോലെ തോന്നി. ശബ്ദം അടുത്തു വന്നു. രാമചന്ദ്രൻ നിൽക്കുന്നതിനടുത്തെ ജനാലയ്ക്കലേക്ക് എത്തി. കുറച്ചു കൂടി ശബ്ദം താഴ്ന്നെങ്കിലും തൊട്ടടുത്തായതിനാൽ രാമചന്ദ്രന് വ്യക്തമായി കേൾക്കാനായി.

പച്ചത്തെറിയാണ്!

എടാ... മറ്റവനേ... മറിച്ചവനേ... എന്നൊക്കെ പറയുന്നതിനാൽ ഏതോ പുരുഷനെയാണെന്നു വ്യക്തം. പഴയതിനേക്കാൾ കുറേക്കൂടി മുരത്ത ശബ്ദം. പണ്ട് ജീവിതത്തോടു മൊത്തത്തിലുള്ള ഒരു വെറുപ്പായിരുന്നു നിറഞ്ഞു നിന്നിരുന്നതെങ്കിൽ ഇന്ന് തികഞ്ഞ അഹന്തയും അധികാരഗർവ്വുമാണ്. മായാദേവിയുടെ കവിതയെ കുറിച്ച് ഏതോ ഓൺലൈൻ കൂട്ടായ്മയിൽ വകയ്ക്കു കൊള്ളാത്തത് എന്നു കുറിച്ചയാളെയാണ് അവൾ ഇപ്പോൾ പുളിച്ച തെറിയിൽ കുളിപ്പിച്ചുകൊണ്ടിരിക്കുന്നത്. കാക്കത്തൊള്ളായിരം പേർ ഗംഭീരകവിത എന്നു പ്രശംസിച്ചപ്പോൾ അതിനെതിരെ പറയാൻ നീയാരടാ, എന്നാണ് മായാദേവി തിളയ്ക്കുന്നത്. അയാളുടെ ഭാഗത്തു

നിന്നും ഒന്നും പറയുന്നതായി തോന്നുന്നില്ല. അഥവാ പറയാൻ അവൾ സമ്മതിക്കുന്നില്ല.

ഓഫീസിന്റെ വരാന്തയുടെ അറ്റത്ത് ആരോ വരുന്നതു കണ്ട് രാമചന്ദ്രൻ പതിയെ ജനാലയ്ക്കടുത്തുനിന്നു മാറി. അതിനിടെ ജനാലയ്ക്കലേക്കു കുറച്ചു കൂടെ നീങ്ങി നിന്ന മായാദേവി പൂർണ്ണമായും അയാൾക്കു വെളിപ്പെട്ടു. ഒരു നൊടി നേരം അവൾ കാണാതെത്തന്നെ അവളെ കാണാനുള്ള അവസരം രാമചന്ദ്രനു കിട്ടി.

ദൈവമേ... രാമചന്ദ്രൻ വിളിച്ചു. അല്ല, നിലവിളിച്ചു.

വളരെ രൂക്ഷമായ അതിനിശിതമായ ഒരു വാക് പോരാട്ടം തന്നെ അന്നു രാത്രി അമ്മയും ചേച്ചിയുമായി അവനു നടത്തേണ്ടി വന്നു. അവളെ സംബന്ധിച്ച് രാമചന്ദ്രൻ നേരിൽ അറിഞ്ഞ സത്യം രാധിയും സത്യയും പാടെ നിഷേധിച്ചു. ഞങ്ങൾക്ക് നേരിട്ട് അറിവില്ലെങ്കിൽ പോലും നാടു മൊത്തം മായാദേവിയെക്കുറിച്ചു പറയുന്നതാണ് സത്യമെന്നും അതനുസരിച്ച് അവൾ പൊൻനിറമുള്ള വിഗ്രഹമാണെന്നും അവളുടെ അധരങ്ങളിൽ നിന്നും തേനൂറുന്ന വാക്കുകൾ മാത്രമാണ് പൊഴിയുന്നതെന്നും അവർ രണ്ടുപേരും ഒരേ സ്വരത്തിൽ പറഞ്ഞു. എന്നിട്ടും അവൻ വഴങ്ങുന്നില്ലെന്നു കണ്ടപ്പോൾ മായാദേവി ഒരു മഹത്തായ സംഭവമാണെന്നു തങ്ങളോടു നേരിട്ടുതന്നെ പറഞ്ഞ രാമചന്ദ്രന്റെ വല്യച്ഛനേയും മറ്റു ചില ബന്ധുക്കളേയും പിറ്റേന്ന് അവന്റെ ഓഫീസിലേക്ക് അനുനയത്തിനു പറഞ്ഞയച്ചു.

ആ കൂടിക്കാഴ്ചയിലും രാമചന്ദ്രൻ തനിക്കറിയാവുന്ന സത്യത്തിൽ ഉറച്ചു നിന്നു. രാമചന്ദ്രന് അസൂയയാണ്. രാമചന്ദ്രന്റെ വല്യച്ഛൻ ആരോപിച്ചു. അവളോളം ഗുണഗണങ്ങളോ വരുമാനമോ അവൾക്കുള്ളതുപോലെ ബെൻസുകാറോ ഫ്ളാറ്റോ ഇല്ലാത്തതിന്റെ അപകർഷതാബോധം.

അതുകൂടി കേട്ടതോടെ, നിലവിട്ട് എന്തൊക്കെയോ പറയുന്ന കൂട്ടത്തിൽ രാമചന്ദ്രൻ അറിഞ്ഞോ അറിയാതെയോ ഒരു സ്ത്രീയെക്കുറിച്ചും ഒരാളും പറയാൻ പാടില്ലാത്ത ഒരു വാചകം പറഞ്ഞു. അത് മായാദേവിയുടെ ബാഹ്യരൂപത്തെക്കുറിച്ചുള്ളതായിരുന്നു.

‘‘കറുത്ത നിറത്തിന് ഞാനൊരു കുറവും കാണുന്നില്ല. കറുത്ത നിറമുള്ള ഒരാൾ മാറ്റി നിറുത്തപ്പെടേണ്ടയാളുമല്ല. കറുപ്പ് കറുപ്പായി അംഗീകരിക്കുന്നതിനു പകരം അത് വെളുപ്പാണെന്ന് എന്തിനാ നിങ്ങളെന്നെ തെറ്റിദ്ധരിപ്പിക്കുന്നത്? കരിവീട്ടി നിറമുള്ള അവളെ തങ്കവിഗ്രഹമാക്കി എന്റെ തലയിൽ എടുത്തു വയ്ക്കുകയാണോ?’’ എന്നാണ് രാമചന്ദ്രൻ ചോദിച്ചത്. അതോടെ ആ സംസാരം അവിടെ നിന്നു. പക്ഷേ പ്രശ്നം അവിടെ നിൽക്കാതെ മുന്നോട്ടു നടന്നു.

ആ വഴക്ക് ആരോ വീഡിയോയിൽ പകർത്തിയത് എത്ര പെട്ടെന്നാണ് പൊതുചർച്ചയിലേക്കു വന്നത്. സ്ത്രീ വിരുദ്ധ പ്രസ്താവന നടത്തിയ രാമചന്ദ്രനെതിരേ ലോകം ഇളകി മറിയാൻ തുടങ്ങി. മായാദേവിയിൽ നിന്നു കേട്ട അതേ ആക്കവും തൂക്കവുമുള്ള തെറികൾ കൊണ്ട് രാമചന്ദ്രൻ മൂടപ്പെട്ടു. രാമചന്ദ്രന്റെ ഫോൺ നിറുത്താതെ ശബ്ദിച്ചു. അവൻ ഫോണിലേക്കു നോക്കാൻ തന്നെ ഭയപ്പെട്ടു.

പിറ്റേന്നു ഓഫീസിലെത്താൻ മെട്രോ ട്രെയിനിൽ പോകുമ്പോഴും ചുറ്റുപാടും നിന്ന് രൂക്ഷമായ നോട്ടങ്ങളുണ്ടായി. നഗരത്തിലെ ഒരു വനിതാ കോളേജിൽ നിന്നുള്ള പെൺകുട്ടികളിൽ ഒരാൾ മുന്നോട്ടു വന്ന് നാളെ രാമചന്ദ്രനെ മെട്രോയിൽ കണ്ടാൽ കരി ഓയിൽ ഒഴിക്കും എന്നു ഭീഷണിപ്പെടുത്തി.

അവിടംകൊണ്ടും നിൽക്കാതെ പ്രശ്നം വനിതാസംഘടനകൾ വഴി പൊലീസിൽ എത്താനും ജോലി നഷ്ടപ്പെടാനും ഇടവരുമെന്നായി. ഭാഗ്യത്തിന് രാമചന്ദ്രന്റെ ബന്ധുക്കളൊക്കെത്തന്നെ മുൻകൈ എടുത്ത് വനിതാ പ്രസ്ഥാനങ്ങളുമായി ആലോചിച്ച് ഒരു ധാരണയിലെത്തി. രാമചന്ദ്രൻ മായാദേവിയെ നിരുപാധികം വിവാഹം കഴിക്കുക. ഒഴികഴിവുകളില്ലാത്ത ഉപാധി. അഥവാ വിധി. അതു നടപ്പാക്കാനുള്ള ദിവസവും തീരുമാനിക്കപ്പെട്ടു.

ആഗസ്റ്റ് 15. രാജ്യമെങ്ങും സ്വാതന്ത്ര്യത്തിന്റെ പതാക ഉയർത്തൽ ചടങ്ങു നടക്കുന്ന രാവിലത്തെ ആ ശുഭമുഹൂർത്തത്തിൽ...

സമൂഹം കാറ്റൂതി ബ്രഹ്മാണ്ഡത്തോളം വീർപ്പിച്ചു വച്ചിരിക്കുന്ന മായാദേവി എന്ന വലിയ നുണയ്ക്കു മുന്നിൽ തന്നെപ്പോലെ നിസ്സാരമായ ഒരു സത്യത്തിന് നിലനിൽക്കാനാവില്ലെന്നു രാമചന്ദ്രന് തന്റെ വിധി ദിനത്തോട് അടുത്ത ദിവസങ്ങളിൽ ബോദ്ധ്യപ്പെട്ടു.

വിധി ദിനമെത്തി. രാമചന്ദ്രന് ഉറപ്പുണ്ട്– സർവ്വാഭരണ വിഭൂഷിതയായി മേക്കപ്പ് വസ്തുക്കളുടെ ധാരാളിത്തത്തിൽ ആകമാനം വെളുപ്പിച്ച ഉടലോടെ മായാദേവി ഒരു വലിയ ജനതയുടെ പിൻബലത്തോടെ വേദിയിലേക്ക് ആനയിക്കപ്പെടും; സുസമ്മതയായി, ചോദ്യം ചെയ്യാനാവാത്ത ഒരു അധികാര കേന്ദ്രമായി.

അപ്പോൾ അവളെ എതിരേൽക്കാനും വിധി അനുസരിച്ച് അവളെ വേൾക്കാനും കഴിയണമെങ്കിൽ അവൾ എന്ന വലിയ നുണയുമായി, മഹത്തായ ആ അസത്യവുമായി ലയിച്ചു ചേരാൻ തനിക്കു കഴിഞ്ഞിരിക്കണം. അതിനായി രാമചന്ദ്രൻ രാവിലെതന്നെ കുളിമുറിയിൽ കയറി തന്റെ ദേഹമാകെ കരിഓയിൽ തേച്ചു പിടിപ്പിക്കാൻ തുടങ്ങി.

■

ശൂന്യരാജ്യം

വിൽക്കാനുള്ള ഇഞ്ചി വളരെ കുറച്ചേയുള്ളൂ. ഒരു ചെറിയ ചാക്കിലാക്കിയത് ചുമലിലിട്ട് താഴെയുള്ള റോഡിലേക്ക് ഇറങ്ങിയിറങ്ങി പോകുന്ന സാബുവിന്റെ മെല്ലിച്ച രൂപം വരയ്ക്കാനാണ് ജയലാൽ ആദ്യം വിചാരിച്ചത്. കഥയിൽ ആ രംഗമുണ്ട്. മുകളിലെ ഷെഡ്ഡു പോലെ തട്ടിക്കൂട്ടിയുണ്ടാക്കിയ തകരം മേഞ്ഞ കിടപ്പാടത്തിനു മുന്നിൽ അയാളുടെ പോക്കു നോക്കി നിൽക്കുന്ന ഭാര്യ ഷീലയേയും വരയ്ക്കാമെന്നു വച്ചു. ഷീല തുണി വിരിച്ചുണക്കാൻ പിഴിഞ്ഞുകൊണ്ടു നിൽക്കുന്നതായിട്ട്. സാബുവിനു നേർക്കുള്ള അവളുടെ നോട്ടത്തിൽ അരിശവും സങ്കടവും ആകാം. ഒന്നിനുമൊക്കാത്തൊരു ഇഞ്ചിക്കച്ചവടം എന്ന ആ പുച്ഛവും വരണം. അത് കൃത്യമായിത്തന്നെ വരയിൽ കൊണ്ടുവരാവുന്നതേയുള്ളൂ എന്ന് അയാൾക്ക് തോന്നുകയും ചെയ്തു.

ഇതൊക്കെ മനസ്സിൽ വച്ച് ജയലാൽ പേപ്പറിൽ സ്കെച്ചിടാൻ പോയതാണ്. പക്ഷേ, ഇഞ്ചിച്ചാക്കും ചുമന്നിറങ്ങിപ്പൊയ്ക്കൊണ്ടിരിക്കുന്ന സാബുവിന്റെ ഇടതുവശം മുഴുവനും ഇപ്പോൾ ചുവന്ന കല്ലും കട്ടയും ഇടിഞ്ഞിറങ്ങിക്കിടക്കുന്ന വിശാലമായൊരു തുറസ്സാണ് എന്നു കഥയിലുണ്ട്. ചെമ്മണ്ണു മൂടിയൊരു ശവപ്പറമ്പ്. വീടിന്റെ വലതു വശത്ത് വിധി ബാക്കി വച്ച ഇത്തിരിയിടത്തു വിളഞ്ഞ ലേശം ഇഞ്ചിയും കൊണ്ട് അയാൾ പോകുമ്പോൾ, ദുരന്തം ഉഴുതുമറിച്ചിട്ട് ഒരു പുല്ലു പോലും മുളയ്ക്കാത്ത, ഒന്നിനും കൊള്ളാത്ത പാഴ്പ്പറമ്പാക്കി മാറ്റിയ ആ വെളിയിടത്തിന്റെ ഉള്ളറകളിൽ നിന്ന് നിലവിളി ഉയരുന്നു. ഒന്നല്ല, ഒരുപാട്. അവ സാബുവിന്റെ ഇരുകാതുകളിലും വന്നലയ്ക്കുകയാണ്.

ഓരോ നിലവിളിയും അയാൾക്കു തിരിച്ചറിയാം. കുരുത്തംകെട്ടവനേ എത്ര കെഞ്ചിയിട്ടാണ് ലേശം പൊടി വാങ്ങാൻ നീ പോയത്. അതിങ്ങ് നേരത്തേ കൊണ്ടു വന്നിരുന്നേ, അവസാനമായിട്ടാണേലും ഒന്നു വലിച്ചിട്ട് പോകായിരുന്നല്ലോ, എന്ന് അപ്പൻ.

അതിനായിട്ട് അവൻ പോയതു കൊണ്ട് അവനെങ്കിലും ബാക്കിയായല്ലോ, എന്ന് അമ്മ..

കടേ പോവാൻ എന്നേം കൊണ്ട് പോ-ന്ന് പറഞ്ഞിട്ട് കൊണ്ടോയില്ലല്ലോ ചാച്ചാ, എന്ന് ചിന്നു മോള്...

സാബുച്ചായാ ചന്തേലെങ്ങാനും ഞങ്ങടെ ചാച്ചനെ കാണുവാണേ ഞങ്ങളിവിടെയൊണ്ടെന്ന് ഒന്നു പറയണേ, എന്ന് കിഴക്കേലെ (ഇപ്പഴെന്ത് കിഴക്കും പടിഞ്ഞാറും) മോളിക്കുട്ടിയും മക്കളും.

വീശിയടിക്കുന്ന കാറ്റ് ഓരോ നിലവിളിയും വേർതിരിച്ച് അയാളുടെ കാതുകളിലേക്ക് അടിച്ചു കയറ്റുകയാണ്.

അത് വരയ്ക്കണം. അതാണ് വരയ്ക്കേണ്ടത്. ജയലാലിനു തോന്നി. പക്ഷേ, നിലവിളികളെ എങ്ങനെ വരയ്ക്കാനാവും?

എത്രയാലോചിച്ചിട്ടും മുന്നിലെ കളർ പാലറ്റിലെ ചായങ്ങളിൽ സാബുവിന്റെ ഉറ്റവരുടെ കണ്ണീരു ചാലിക്കാൻ ജയലാലിനു കഴിയുന്നില്ല. അതു പറഞ്ഞിരുന്നിട്ട് കാര്യമില്ല. ആഴ്ചപ്പതിപ്പാണ്. ചിന്തിച്ചു കളയാൻ നേരമെവിടെ?

''ജയേട്ടാ എന്തായി?''

ലേ ഔട്ടിൽ നിന്നും ജോജി തിടുക്കത്തിൽ വന്ന് ചോദിക്കുന്നു.

വെള്ളിയാഴ്ചയാണ്. എഡിറ്ററുടെ മൂക്കു പതിവു പോലെ രാവിലെ ത്തന്നെ ചുവന്നു തുടുത്തിട്ടുണ്ട്. അതിനർഥം ഇന്നു കലി കൂടുമെന്നാണ്. തൊട്ടതിനും പിടിച്ചതിനും ചീത്ത ഉറപ്പാണ്. ഉച്ചയ്ക്ക് മുമ്പ് കഥയുടെ പേജ് സെറ്റു ചെയ്തില്ലെങ്കിൽ ചെവി പൊട്ടിക്കുന്ന ചീത്ത ഉറപ്പാണെന്ന് ജോജിക്കറിയാം. പക്ഷേ ജയലാൽ ഇപ്പോഴും ചിന്തയിലാണ്. പെട്ടെന്ന് അയാളുടെ മൊബൈൽ പ്രകാശിച്ചു. മീരയുടെ മെസ്സേജാണ്. ജയലാലിന് അത് ഓപ്പൺ ചെയ്യാൻ തോന്നിയില്ല. കന്നിപ്രസവത്തിന് നാളെ അവളെ അഡ്മിറ്റു ചെയ്യണമെന്ന കാര്യം ഓർമ്മിപ്പിക്കുകയാണവൾ. പോക്കറ്റിൽ നയാപൈസയില്ല. സാലറി പെൻഡിങ്ങിലായിട്ട് മാസം നാലായി. ഇതുവരെയുള്ള കുടുംബച്ചെലവിനു വാങ്ങിയ കടം വീട്ടാതെങ്ങനെ?

ജീവനക്കാർക്കു കൊടുക്കാൻ കാശില്ലെങ്കിലും വീക്ക്‌ലിയുടെ മുതലാളി ധീരജ് ഭണ്ഡാരിക്ക് വൻനഗരങ്ങളിലെ മാളുകൾക്ക് ഇറക്കാൻ പണമുണ്ട്.

''എനിക്കീ വീക്ക്‌ലി നടത്തിക്കൊണ്ടു പോകണമെന്ന് ഒരു ആഗ്രഹവുമില്ല. ഓരോ സ്റ്റേറ്റിലും എനിക്ക് ഇതുപോലെ എന്തെങ്കിലും വേണമെന്നേയുള്ളൂ. നിങ്ങൾ ചെറുപ്പക്കാർ പണി പഠിക്കട്ടെ, അല്ലെങ്കിൽ

നിങ്ങൾക്കൊര് ടൈം പാസ്സാകട്ടെ എന്നു കരുതി മാത്രം തുറന്നിട്ടിരിക്കുന്നു. നിൽക്കണോ പോകണോ എന്നു നിങ്ങൾക്കു തീരുമാനിക്കാം''

വർഷത്തിലൊരിക്കലുള്ള ധീരജ് ഭണ്ഡാരിയുടെ സന്ദർശനത്തിന് ഇടയിൽ ഒരിക്കൽ എഡിറ്ററുടെ അനുമതിയോടെ അയാളെ നേരിൽ കണ്ട് ഗതികേടുകൾ പറഞ്ഞപ്പോൾ ജയലാലിനു കിട്ടിയ മറുപടിയാണ്. തിരികെ വന്ന് ബാൽക്കണിയിൽ നിന്ന് താഴെ ഇരമ്പുന്ന നഗരത്തിലേക്കു നോക്കി പുക വലിച്ചുതള്ളുമ്പോൾ എഡിറ്റർ പിന്നിൽ വന്ന് ചുമലിൽ തട്ടി:

''ശമ്പളം പെൻഡിങ്ങാണെങ്കിലും അത് എന്നെങ്കിലും കിട്ടിയെന്നു വരും. അങ്ങനെയല്ലേ പതിവ്. എന്നാൽ, കൃത്യമായി കിട്ടുന്നില്ലെന്നു കരുതി വർക്ക് ഉഴപ്പുന്നവരുണ്ടിവിടെ. വൈകിയാണെങ്കിലും ശമ്പളം കിട്ടുമ്പോ ഈ ഉഴപ്പിയതിന്റെ കാശ് ആ ഭണ്ഡാരിക്ക് മടക്കി കൊടുക്കുമോ ഇവർ? ഇല്ലല്ലോ. അല്ല, ജയലാൽ ആക്കൂട്ടത്തിൽപെടുന്നയാളല്ലെന്ന് എനിക്കറിയാം. പിന്നെ ജേണലിസോം കഴിഞ്ഞ് ഇഷ്ടംപോലെ പിള്ളേർ ഇറങ്ങിക്കൊണ്ടിരിക്കുകയാണ്. ഭണ്ഡാരി എന്നോടു പറയും, വല്ല ചില്ലറേം കാണിച്ച് അവരെ പിടിച്ച് ട്രെയ്നീസാക്കി ഉന്തിക്കൊണ്ടു പോകാൻ. അന്നേരം നിങ്ങള് പുറത്താവും. അതു വേണോ?'' നര വീണ താടി തടവിക്കൊണ്ട് എഡിറ്റർ ചിരിച്ചു.

അവിടം മുതലാണ് ഓരോ കഥയ്ക്കും കവിതയ്ക്കും പരമാവധി നന്നായി വരയ്ക്കാൻ ജയലാൽ അങ്ങേയറ്റം ശ്രമിച്ചു തുടങ്ങിയത്. പ്രതിഷേധവും ഒരു കലയാണ്. ഓരോ ചിത്രവും മനസ്സിന് തൃപ്തി വരുന്ന വിധം വരച്ചു കഴിയുമ്പോൾ അത് ധീരജ് ഭണ്ഡാരിയുടെ മുഖത്ത് തന്നെ ഒട്ടിച്ചു വച്ച ഒരു സന്തോഷം അയാൾക്കുണ്ടാകാറുണ്ട്. അതുപോലെ ഇപ്പോൾ അയാളുടെ ആ ഉണ്ട മുഖത്ത് ഒട്ടിക്കാൻ പറ്റിയ ഒരു പടത്തിനായി ജയലാൽ കഥയിൽ മറ്റൊരു മുഹൂർത്തം തിരഞ്ഞു.

ചായക്കടയിൽ വച്ച് ലോക്കൽ നേതാവിന്റെ മരുമകളുടെ അച്ഛന് അയാൾക്കു കൃഷിയിടം പോയിട്ട് മുറ്റത്തൊരു മൂടു ചീനി പോലുമില്ലാഞ്ഞിട്ടും നഷ്ടപരിഹാരമായി രണ്ടരലക്ഷം രൂപ ചാർത്തിക്കിട്ടിയത് അറിഞ്ഞ് കുടിച്ച ചായ ഇറക്കാനാവാതെ സാബു നിൽക്കുന്നത് ജയലാൽ വിട്ടു.

പകരം കംപ്യൂട്ടർ ആശ്രയിച്ചുള്ള കണക്കെടുപ്പിൽ ചില അനർഹരും കയറിപ്പറ്റിയിരിക്കുമെന്നും നഷ്ടപരിഹാരത്തിന്റെ അടുത്ത ഗഡു വിതരണത്തിൽ തീർച്ചയായും സാബുവിനെ ഉൾപ്പെടുത്തിയിരിക്കുമെന്നും ബ്രാഞ്ചു സെക്രട്ടറി വറുഗീസ് ഉപ്പുതറ ഉറപ്പു നൽകുന്ന രംഗം വരയ്ക്കാമെന്നുറപ്പിച്ചു. വര തുടങ്ങുകയും ചെയ്തു.

പക്ഷേ, എങ്ങനെ വരച്ചിട്ടും ബ്രാഞ്ച് സെക്രട്ടറിയുടെ രൂപം ശരിയാവുന്നില്ല. അൽപ്പം പരുക്കനായ ഒരു മുഖഭാവമാണ് വേണ്ടത്. കർക്കശ സ്വഭാവവും തോന്നിക്കാം. രക്തം ചീന്തിയ ഒരുപാടു സമര ങ്ങളുടെ തീക്ഷ്ണമായ അനുഭവങ്ങൾ വടുക്കളായി അങ്ങിങ്ങ് അവ ശേഷിക്കുന്ന മുഖം. ഇതേ രൂപഭാവങ്ങളുള്ള പല പാർട്ടി നേതാ ക്കന്മാരെയും ജയലാലിനറിയാം. പക്ഷേ വരച്ചു വരുമ്പോൾ മുഖം കൊഴുത്തുരുണ്ടതാകുന്നു. കണ്ണുകൾ സുഖലഹരിയുടെ ആലസ്യ ത്തിൽ പാതി തുറന്നതാകുന്നു. ശരീരം തടിച്ചുരുണ്ടു ചാടിയ വയ റോടെ വല്ലാതെ സ്ഥൂലിച്ചു പോകുന്നു. പല തവണ മാറ്റി വരച്ചിട്ടും അതങ്ങനെത്തന്നെയായതോടെ അതും വിട്ടു.

അപ്പോൾ കഥയിൽ നിന്നുയർന്ന ഒരു പരുക്കൻ ചോദ്യം ജയ ലാൽ കേട്ടു: ''നിങ്ങൾക്കവിടെ വീടും ഇഞ്ചിക്കൃഷിയുമുണ്ടായിരുന്നു എന്നതിന് തെളിവുണ്ടോ? കരമടച്ച റസീറ്റുണ്ടോ?''

ശുഷ്കമായ നഷ്ടപരിഹാരത്തിനെതിരെ നൽകിയ പരാതിയെ ക്കുറിച്ച് അന്വേഷിക്കാൻ വന്ന ഉദ്യോഗസ്ഥന്റെ ചോദ്യത്തിനു മുന്നിൽ സാബു അമ്പരന്നു നിൽക്കുന്നു.

''ശരിയാ.'' കോടയിറങ്ങി മെല്ലെ മെല്ലെ മൂടിപ്പോകുന്ന ആ ശവ പ്പറമ്പിലേക്കു നോക്കി സാബു പിറുപിറുക്കുന്നു.

''ഞാൻ തന്നെ ഇപ്പം ഒണ്ടോ? എന്നതാ തെളിവ്?''

ഇടിഞ്ഞിറങ്ങിയ മലയുടെ എതിർവശത്ത് വർഷങ്ങളായി കെട്ടി ഉയർത്തിയിരിക്കുന്ന ഒരു തടയണയുണ്ട്. വലിയൊരു കരിങ്കൽ ക്വാറിയും. ഒരിക്കൽ അത് രണ്ടും അവിടെ നിന്ന് നീക്കാനുള്ള നിവേദ നത്തിൽ ഒപ്പിട്ടതിന് ഷീലയുടെ ചാച്ചൻ ദേഷ്യപ്പെടുന്നുണ്ട്. അയാൾക്കു വേണ്ടപ്പെട്ടവരുടേതാണ് അതൊക്കെ. അതിലൊക്കെ ഇടപെട്ട് അവ രുടെയൊക്കെ ശത്രുവാകുന്നതിലും നല്ലത് ഇവിടുന്നേ മാറാനുള്ള വഴി നോക്ക് മനുഷ്യാ എന്ന് ഷീലയും കയർക്കുന്നുണ്ട്.

വാ പിളർത്തി നിൽക്കുന്നൊരു ക്വാറി വരയ്ക്കാമെന്നു ജയലാൽ വിചാരിച്ചു. അതിന് എതിർവശത്തായി സാബുവിന്റേതായി അവ ശേഷിക്കുന്ന ഒരു തുണ്ടു മണ്ണും അതിലെ വീടും. അതിനൊരുങ്ങുന്നതി നിടെ ജയലാലിന്റെ മനസ്സ് കഥയുടെ മറ്റൊരു വഴിത്തിരിവിൽ ഉടക്കി.

ഇഞ്ചിച്ചാക്കുമായി ആഴ്ചച്ചന്തയിലേക്ക് എന്തെങ്കിലും കിട്ടിയാ ലായി എന്നു കരുതി നീങ്ങുന്ന സാബു ഒരു വളവിൽ വച്ച് കുറച്ചു ചെറുപ്പക്കാർക്കിടയിലേക്കു ചെന്നുകയറുന്നു. അവരിൽ ഒരാൾ സന്ത ന്തോഷം സാബുവിന്റെ ചുമലിൽ നിന്നാ ആ ചാക്ക് പിടിച്ചിറക്കുന്നു. മൊബൈൽ ക്യാമറകൾ ഓണാകുന്നു. വീഡിയോ എടുത്തു കൊണ്ട് ഒരു ചെറുപ്പക്കാരൻ ഉറക്കെ പറയുന്നു:

'ഇതാ ദുരന്തഭൂമിയുടെ അവശിഷ്ടം അപ്പാടെ സംഭാവനയർപ്പിക്കുകയാണ് ഇതേ മഹാദുരന്തത്തിനിരയായ, സ്വന്തം അപ്പനും അമ്മയും മകളും നഷ്ടപ്പെട്ട നമ്മുടെ സാബുച്ചായൻ എന്ന യുവ കർഷകൻ- ഇതാണ് മനുഷ്യത്വം.. അനശ്വരമായ നന്മ. ലോകമേ കാണുക.''

ജീപ്പിനു പിന്നിലെ കൂട്ടിയിട്ടിരിക്കുന്ന കാർഷിക വസ്തുക്കൾക്കിടയിലേക്ക് തന്റെ ഇഞ്ചിച്ചാക്കും നിക്ഷേപിക്കപ്പെടുന്നതു സാബു അറിയുന്നില്ലെന്നും അയാൾ ഓർക്കുന്നത് വരുമാനമില്ലാത്ത ഒരു ഭർത്താവിനെ തള്ളാനും കൊള്ളാനും കഴിയാത്തൊരു ഭാര്യയുടെ ധർമസങ്കടത്തെക്കുറിച്ചാണെന്നും കഥയിൽ പറയുന്നു.

ജയലാൽ വല്ലാത്തൊരു കയ്പ്പോടെ സീറ്റിലേക്കു ചാരി. ഇതൊന്നുമല്ലാ.. ഇതൊന്നുമല്ലാ വരയ്ക്കേണ്ടതെന്നു മനസ്സു പറയുന്നു. എന്നാൽ എന്താണതെന്ന് തിരിഞ്ഞു കിട്ടുന്നുമില്ല. സമയം അതിവേഗം കടന്നുപൊയ്ക്കൊണ്ടിരിക്കുന്നു. സിഗററ്റു പിടിച്ച വിരലുകളിൽ വിറ പടരുന്നു. വരച്ചേ പറ്റൂ. എന്തെങ്കിലും. കഥയിലേക്ക് അയാൾ വീണ്ടും കടന്നു.

ദുരന്തനിവാരണ സഹായധനത്തിന് ഓഫീസുകൾ കയറിയിറങ്ങി ഒന്നും കിട്ടാതെ സാബു തളർന്നു വന്ന് വീടിന്റെ ഇറയത്തിരുന്ന് കൈവിരൽ ഞൊടിക്കുന്നു. തലമുടിയിലൂടെ വെറുതെ വിരലുകളോടിക്കുന്നു. ആരോടെന്നില്ലാതെ എന്തൊക്കെയോ പിറുപിറുക്കുന്നു. ചെമ്മണ്ണിനടിയിലെ ചത്ത വീടുകളിൽ നിന്നുയരുന്ന അലമുറകൾക്കു മേലേ ഇപ്പോൾ സാബുവിനു കേൾക്കാം, ഷീലയുടെ പ്രാക്കുകൾ..

''നല്ലപ്പഴേ ഞാൻ നിങ്ങളോട് പറഞ്ഞതല്ലേ, ഈ കാട്ടുമുക്കീന്നു പോകാ പോകാന്ന്. കേട്ടോ? എന്റെ കുഞ്ഞിനേം സ്വന്തം തന്തേം തള്ളേം കുഴിച്ചു മൂടാൻ കൊടുത്തേച്ച് ഇരിക്കുവാണ് ദുഷ്ടൻ. കാലനാണ് നിങ്ങള് കാലൻ.''

അവളുടെ കണ്ണുകളിലെ ആളിക്കൊണ്ടിരിക്കുന്ന തീയാണ് വരയ്ക്കേണ്ടതെന്ന് ജയലാലിനു തോന്നി. ഇടിഞ്ഞിറങ്ങിക്കിടക്കുന്ന ചെമ്മൺ കുന്നിന്റെ മുകളിൽ സാന്ധ്യപ്രകാശത്തിലേക്ക് പടർന്നു കയറുന്ന മുടയിഴകളോടെ അവൾ ചുടലമണ്ണ് വാരി ശപിക്കാനോങ്ങി നിൽക്കുന്നു.

അബോധത്തിലെന്നവണ്ണം അയാൾ വരയ്ക്കാൻ തുടങ്ങി. ഏതാണ്, എന്താണ് വരക്കുന്നതെന്ന് അയാൾക്കു നിശ്ചയമില്ല. അയാളുടെ ഉള്ളു പൊട്ടിയിരിക്കുന്നു. പൊട്ടിയൊലിച്ച് കുത്തിയൊഴുകി ഇളകിമറിഞ്ഞ് എല്ലാം തകർത്തുകൊണ്ട് വിരലുകളിലൂടെ, ബ്രഷിലൂടെ

വെളുത്ത കടലാസിലേക്കതു പ്രവഹിക്കുന്നു. ഇഹവും പരവും മറന്നുള്ള നിമിഷങ്ങൾ. അതിന്റെ അന്ത്യത്തിൽ എന്തൊക്കെയോ ചോർന്നുപോയ പോലെ ജയലാൽ സീറ്റിലേക്കു ചാരിക്കിടന്നു കണ്ണുകളടച്ചു. പിന്നെ മെല്ലെ കണ്ണു തുറന്ന് വരച്ചതിലേക്കു നോക്കി.

പക്ഷേ കഥയിൽ ഇല്ലാത്ത ഒരു മുഹൂർത്തമാണ് വരച്ചിരിക്കുന്നത്!

സാബു പ്രധാനമന്ത്രിയിൽ നിന്നും മികച്ച കർഷകനുള്ള പരമോന്നതമായ അവാർഡ് വാങ്ങുകയാണ്. കൈ നീട്ടി നിൽക്കുന്ന സാബുവിനു പക്ഷേ, ശിരസ്സില്ല. കബന്ധം മാത്രം. അയാളുടെ നീട്ടിയ കൈയിലേക്ക് പ്രധാനമന്ത്രി വച്ചു കൊടുക്കുന്ന അവാർഡ് ശിൽപ്പം ചോരയിറ്റുന്ന സാബുവിന്റെത്തന്നെ ശിരസ്സാണ്.

രണ്ടാമതൊന്ന് നോക്കാതെ ജയലാൽ മുന്നിൽ അക്ഷമനായി നിൽക്കുന്ന ജോജിക്ക് ചിത്രം കൈമാറി.

രാത്രി. നിറവയറോടെ തെല്ലു ചരിഞ്ഞു കിടന്ന മീരയുടെ അരികിൽ കിടന്ന്, നീർദോഷം കൊണ്ട് തെല്ലു മങ്ങിയ അവളുടെ കവിളുകളിൽ നിന്നും ചുരുണ്ട മുടിയിഴകൾ മെല്ലെ മാറ്റിക്കൊണ്ട് ഇരുളിലേക്കു നോക്കി ജയലാൽ മന്ത്രിച്ചു:

''ഞാനിന്ന് പ്രധാനമന്ത്രിയെ വരച്ചു. പക്ഷേ, ഇപ്പോഴാണ് ഓർക്കുന്നത്. അയാളുടെ മുഖം നമ്മുടെ ധീരജ് ഭണ്ഡാരിയുടേതാണ്.''

പാതിമയക്കത്തിൽ അവളൊന്നു മൂളി. ഭീതിയുടെ ഒരു നിഴൽ അവളുടെ മുഖത്തു തങ്ങിനിൽക്കുന്നുണ്ട്.

ധീരജ് ഭണ്ഡാരി ഒരു വലിയ ചെമ്മൺ ഭൂതമായി ഇടിഞ്ഞിറങ്ങി വന്ന് തങ്ങളെയാകെ മണ്ണിനടിയിലാക്കി മൂടിക്കൊണ്ടു പോകുന്നൊരു പേക്കിനാവിൽ അവൾ ഞെട്ടിത്തെറിക്കുമോ? – അയാൾ ഭയന്നു.

■

കദ്രു അമ്മായി കണ്ടതും കാണാഞ്ഞതും

അങ്ങനെയൊരു അവസാനത്തിലേക്കു കാര്യങ്ങൾ എത്തിച്ചത് ആ വാകമരമാണോ? ആകാം. കാരണം, മാർച്ച് മാസത്തിലെ ഇരുപത്തി മൂന്നാം ദിവസം രാത്രി വൈകീട്ട് ഏഴു പത്തിന് അത് പട്ടണത്തിനു പുറത്തേക്കുള്ള പാതയിലെ ഗതാഗതം തടഞ്ഞുകൊണ്ട് കട പുഴകി വീണിരുന്നു. ജിനോ സഞ്ചരിച്ചിരുന്ന ട്രാൻസ്പോർട് ബസ്സ് അവിടം കടക്കാനെത്തുന്നതിനു സെക്കന്റുകൾക്കു മുൻപാണ് അതു സംഭ വിച്ചത്. സഡൻ ബ്രേക്കിൽ നിന്ന ബസ്സിന്റെ മുന്നിലെ ചില്ലുകൾക്കു കേടുപാടുകൾ വരുത്തിക്കൊണ്ട് ആ വാകവൃക്ഷം ഒരു വലിയ പച്ചില ക്കാടുപോലെ മുന്നോട്ടുള്ള കാഴ്ചയാകെ മറച്ചുകിടന്നു.

എഴുപത്തിമൂന്നു വർഷമായി പട്ടണത്തിന്റെ അതിർത്തിയിൽ വലിയ ശിഖരങ്ങളും നിറയെ ഇലകളും ചുവന്നു തുടുത്ത പൂക്കളു മായി തിടം വച്ച് പരിസരമാകെ തണൽ വിരിച്ച്, എന്നാൽ തെരുവി ലേക്ക് അപകടകരമാംവിധം ചാഞ്ഞ് അത് നിലനിന്നിരുന്നു. കഴിഞ്ഞ വർഷം അതിന്റെ കമ്പുകൾ കോതി നിറുത്താനോ പാടെ മുറിച്ചു നീക്കാനോ ഉള്ള ഒരു സാധ്യത ഉണ്ടായതാണ്. അതു നിവൃത്തിയാ യിരുന്നെങ്കിൽ വിജയരാജൻ, ജിനോ, സീമന്തിനി, കദ്രുഅമ്മായി എന്നിവരുടെ ജീവിതത്തിൽ അങ്ങനെയൊരു അഹിതം സംഭവിക്കി ല്ലായിരുന്നു എന്നു വേണമെങ്കിൽ കരുതാം.

കുറച്ചുനാൾ മുമ്പ് ആരോ നഗരസഭയിൽ രേഖാമൂലം പരാതി കൊടുത്തിരുന്നു. മനുഷ്യജീവനും സ്വത്തിനും വിപത്തായി മാറി യേക്കാവുന്ന ഈ വാകമരം മുറിച്ചു നീക്കണമെന്ന്. അന്ന് വിജയ രാജനാണ് നഗരസഭയുടെ സെക്രട്ടറി. അയാൾക്ക് അതത്ര അത്യാവ ശ്യമായി തോന്നിയില്ല. ആളുകൾ പറയുമ്പോൾ ഓരോന്നു ചെയ്യുക യല്ല നഗരസഭയിലിരിക്കുന്നവരുടെ ജോലി എന്നാണ് വിജയരാജൻ അന്ന് തന്റെ ഓഫീസിലുള്ളവരോടു പറഞ്ഞത്. അതങ്ങോട്ടു വെട്ടി ക്കളഞ്ഞേക്കാം സാറേ എന്ന് സൂപ്രണ്ട് ഹമീദ് ഇടയ്ക്കിടെ പറയു മായിരുന്നെങ്കിലും വിജയരാജൻ ഉദാസീനനായിരുന്നു. വാർഡ്

കൗൺസിലർ ചന്ദ്രികാ സദാനന്ദൻ സദാ ശല്യം ചെയ്തിട്ടും ഏതാനും മാസങ്ങൾക്കു ശേഷമുണ്ടായ തന്റെ റിട്ടയർമെന്റുവരെ വിജയരാജൻ ആ പ്രശ്നം ഓരോ തട്ടാമുട്ടി പറഞ്ഞു നീട്ടിക്കൊണ്ടുപോയി. പ്രത്യേകിച്ച് ഒന്നുമുണ്ടായിട്ടല്ല. പത്തുകാശ് ഒന്നുമറിയാതെ പോക്കറ്റിൽ വീഴാൻ പറ്റിയ കാര്യങ്ങൾ പലതുണ്ട് ചെയ്തുതീരാത്തതായിട്ട്. അതിനിടയിലാണീ...

കൃത്യം ഒൻപതു മാസങ്ങൾക്കു ശേഷം ബസ്സ്റ്റോപ്പിലേക്കു നടന്നെത്തിക്കൊണ്ടിരുന്ന ചെറുപ്പക്കാരായ രണ്ട് പരദേശി തൊഴിലാളികളുടെ ജീവനെടുത്തുകൊണ്ടും ഒരു ഓട്ടോറിക്ഷയുടെ ഡ്രൈവർക്കും അതിൽ സഞ്ചരിച്ചിരുന്ന രണ്ടു യുവതികൾക്കും സാരമായ പരിക്കേൽപ്പിച്ചുകൊണ്ടും ഓട്ടോറിക്ഷ പാടേ നശിപ്പിച്ചുകൊണ്ടും ഇരുനില ഷോപ്പിങ് കോംപ്ളകസിനു മുന്നിലെ വലിയ അംബേദ്കർ പ്രതിമയുടെ കാൽക്കൽ സാഷ്ടാംഗം നമസ്കരിക്കുംപോലെ ആ പടുകൂറ്റൻ വൃക്ഷം നിലംപതിച്ചപ്പോൾ വിജയരാജനു വീണ്ടും അവിടെ വരേണ്ടി വന്നു. നഗരസഭാ സെക്രട്ടറിയായിട്ടല്ല, റിട്ടയേർഡ് നഗരസഭാ സെക്രട്ടറി എന്ന നിലയിലുമല്ലാ. റോഡ് ബ്ലോക്കായപ്പോൾ നാട്ടിലേക്കു പോകാൻ കഴിയാതെ വന്ന ജിനോ എന്ന യുവാവിനെ അവൻ ഫോൺ ചെയ്തു പറഞ്ഞതനുസരിച്ച് തന്റെ വീട്ടിലേക്കു കൊണ്ടുപോരുന്നതിനു വേണ്ടി.

എന്നാൽ നഗരസഭയുടെ മുൻ സെക്രട്ടറി എന്ന നിലയിൽ ആൾക്കൂട്ടത്തിലെ ആരെങ്കിലും തന്നെ തിരിച്ചറിയുമോ എന്ന് അയാൾക്ക് അപ്പോൾ വലിയ ഭയമുണ്ടായിരുന്നു. ഇലക്ട്രിക് കമ്പികൾ പൊട്ടി വൈദ്യുതി നിലച്ചു പോയതു സൗകര്യമായി. കൂടുതൽ ആളുകളും വാഹനങ്ങളും വന്നു തിങ്ങിക്കൂടുന്നതിനും മുൻപേ വിജയരാജന് ജിനോയെയും കൂട്ടി കാർ തിരിച്ച് വേഗം തന്നെ അവിടെ നിന്നും രക്ഷപ്പെടാനായി.

പലരുടെയും ജീവിതത്തിൽ കൊടിയ ദുരിതമുണ്ടാക്കിക്കൊണ്ട് ആ വൃക്ഷം തന്റെ എഴുപത്തിമൂന്നു വർഷത്തെ ജീവിതം അങ്ങനെ അവസാനിപ്പിച്ചെങ്കിലും അതുണ്ടാക്കിയ ദുരന്തത്തിന്റെ അലകളിൽ ഒന്ന് വന്നാഞ്ഞടിച്ചത് വിജയരാജന്റെയും ഭാര്യ സീമന്തിനിയുടെയും അയാളുടെ അമ്മ കദ്രുഅമ്മായിയുടെയും അയാളുടെ അടുത്ത സുഹൃത്ത് മാത്യു വർഗീസിന്റെ മകൻ ജിനോ മാത്യുവിന്റെയും ജീവിതത്തിലാണ്.

മൂന്നു മാസ്കുകൾ

മാസ്കുകൾ നിർബന്ധമാക്കിയുള്ള വിജ്ഞാപനം പുറത്തു വരുന്നതിന് ആഴ്ചകൾക്കും മുമ്പാണ് ഈ കാര്യങ്ങൾക്കു കളമൊരുങ്ങിയത്. ആകയാൽ ആ നാളുകളിൽ മാസ്കുകൾ ആരുംതന്നെ

ശീലമാക്കിയിരുന്നില്ല. മാസ്ക്, അഥവാ, മുഖംമൂടി, അല്ലെങ്കിൽ പൊയ് മുഖം എന്നും എപ്പോഴും മുഖത്തുണ്ടായിരുന്നതുകൊണ്ടോ, അതിനുമപ്പുറം ഒരു മാസ്കു കൂടി വേണ്ടതുണ്ടോ എന്ന ചോദ്യം ഉള്ളിൽ ഉണ്ടായതുകൊണ്ടോ എന്തോ. മാസ്ക് ധരിച്ചാണ് ജീവിക്കുന്നത് എന്നത് അവനവനല്ലാതെ മറ്റാർക്കും അറിയില്ല എന്നായിരുന്നു പലരുടെയും ധാരണ. അഥവാ ഇതു തങ്ങളുടെ ശരിയായ മുഖമാണെന്നാണ് മറ്റുള്ളവർ കരുതിയിരിക്കുന്നത് എന്ന് ആ പലരിൽ ഓരോരുത്തരും വിശ്വസിച്ചു.

അങ്ങനെ ഉള്ളവരിൽ രണ്ടുപേരാണിപ്പോൾ ഈ കാറിലുള്ളത്. എത്രയും ചുരുക്കിപ്പറഞ്ഞാൽ രണ്ടു മാസ്കുകൾ. രണ്ടു മുഖപടങ്ങൾ. വിജയരാജൻ എന്ന 57കാരനും ഐ.ടി മേഖലയിൽ ജോലി ചെയ്യുന്ന ജിനോ മാത്യു എന്ന 24കാരനും. അവർ രണ്ടുപേരും വീട്ടിൽ മടങ്ങിയെത്തുന്നതും കാത്ത് അവിടെ മറ്റൊരു മാസ്കുണ്ട്. അതിന്റെ പേര് സീമന്തിനി, വയസ്സ് 47. ഈ മൂന്നു മാസ്കുകളും ഒന്നൊന്നായി ഉരിഞ്ഞു നീക്കിയാൽ വെളിപ്പെട്ടേക്കാവുന്ന യഥാർത്ഥ മുഖം എന്തായിരിക്കും? എങ്ങനെയുള്ളതായിരിക്കും?

വെരുക്

വെരുക് എന്നത് ഒരു ചെറിയ മൃഗമാണ്. കൂട്ടിലായാൽ സദാ സമയവും അടങ്ങിയിരിക്കാതെ അസ്വസ്ഥനായി ചുറ്റിത്തിരിയും. എന്തിനെന്നറിയാതുള്ളൊരു പെടപെടപ്പ്. വിജയരാജന്റെ മാസ്ക് അഴിച്ചു നോക്കിയാൽ അതുപോലൊന്നിനെ കാണാം.

അയാളുടെ മനസ്സിന്റെ മരയഴികൾക്കുള്ളിൽ ആ വെരുക് എന്നും ഉഴറി നടന്നു. സർക്കാർ സർവീസിൽ ഉണ്ടായിരുന്ന കാലത്ത് ഔദ്യോഗികമായി ഉയരങ്ങളിൽ എത്താൻ ഓരോ നിമിഷവും വെമ്പി. തനിക്കൊരിക്കലും എത്തിപ്പെടാനാവാത്ത പദവിയായ സംസ്ഥാന ചീഫ് സെക്രട്ടറി എന്ന സ്ഥാനത്ത് അവരോധിതനായെന്നു സ്വപ്നം കണ്ടു. പിന്നെപ്പിന്നെ അങ്ങനെ ആയതായിത്തന്നെ വിചാരിച്ചു. നഗരസഭാ ഓഫീസ് സെക്രട്ടേറിയേറ്റു മന്ദിരമാണെന്നും വിശ്വസിച്ചു. വിഹിതമല്ലാത്ത മാർഗത്തിലൂടെ ധനവും ലൗകിക സുഖങ്ങളും നേടാനാവുന്ന സകല സാധ്യതകളിലേക്കും ഓടിക്കയറി.

അക്കൂട്ടത്തിൽ കിഴക്കൊരു നഗരസഭയിൽ ജോലി ചെയ്തുകൊണ്ടിരുന്ന കാലത്ത് അവിടെ സെക്ഷൻ ക്ലാർക്കായിരുന്ന പി.കെ. അമ്മിണിയുടെ നാൽപ്പതിലും തിളങ്ങുന്ന യൗവ്വനത്തിലേക്കും.

അവളുടെ കാൽപ്പാദങ്ങളുടെ പതുപതുത്ത ഉൾവശങ്ങൾ മുതൽ ലേശം ചുവപ്പു രാശിയുള്ള കാതുകൾക്കു പിന്നിലെ ചെമ്പൻരോമങ്ങൾ വരെ അങ്ങോട്ടും ഇങ്ങോട്ടും ഇങ്ങോട്ടും അങ്ങോട്ടും എത്രയോ

തവണ പിരുപിരുപ്പോടെ പാഞ്ഞു. മാസം തോറുമുള്ള സന്ദർശനത്തിന്റെ ഭാഗമായി ഇന്നുച്ച തിരിഞ്ഞ് സീമന്തിനിയോട് ഗുരുവായൂരിൽ നിർമാല്യം തൊഴാൻ പോകുന്നെന്നു പറഞ്ഞ് ഹൈറേഞ്ചിലെ ഉൾനാട്ടിലുള്ള അമ്മിണിയുടെ വീട്ടിലേക്കു ചെല്ലേണ്ടതായിരുന്നു.

പക്ഷേ, ചങ്ങാതി അയാളുടെ മകന്റെ കയ്യിൽ പണം കൊടുത്തു വിട്ടിട്ടുണ്ടെന്നറിഞ്ഞ് സകലതും നാളത്തേക്കു മാറ്റി. അക്കൗണ്ടിലിട്ടു തന്നാൽ പ്രശ്നമായേക്കാവുന്ന തുകയായതിനാലാണ് അവന്റെ പക്കൽ കൊടുത്തുവിട്ടിരിക്കുന്നത്. കാശിന്റെ കാര്യമാണ്. ഇപ്പോൾ കിട്ടുമെങ്കിൽ ഇപ്പോൾ വാങ്ങിക്കോളണം. കൊടുത്ത കാശാവുമ്പോൾ പ്രത്യേകിച്ചും.

വെരുകിന്റെ ഈ വക പരക്കംപാച്ചിലുകൾ ഒക്കെ മാസ്കിനകത്തായതുകൊണ്ട് ആരുമൊന്നും അറിഞ്ഞിരുന്നില്ല.

ആ മാസ്ക് നോക്കൂ. സർക്കാർ കണക്കിൽ 56 കഴിഞ്ഞെങ്കിലും 45 മതിക്കാത്ത ആ മുഖത്തിനു പൊതുവേ പ്രശാന്തഭാവം നൽകുന്നു. ചായം പുരട്ടി കറുപ്പിച്ച, കൃത്യമായി വെട്ടി നിറുത്തിയ കട്ടി മീശയും മുടങ്ങാത്ത പുകവലി ശീലം ചാരനിറം നൽകിയ ചുണ്ടുമുൾപ്പെടുന്ന വദനത്തിനു പ്രസന്നത നിറഞ്ഞ മൃദുമന്ദഹാസം ചാർത്തുന്നു. ഇടയ്ക്കിടെയുള്ള അർഥരഹിതമായ പൊട്ടിച്ചിരിയും 'ഞാൻ നിങ്ങൾ കാണുന്നതുപോലെ ഒരു നല്ല മനുഷ്യൻ തന്നെ' എന്ന ഭാവം ദ്യോതിപ്പിക്കുന്ന വിധത്തിലുള്ള മുഖചലനങ്ങളും കൂടിയാകുമ്പോൾ വിജയരാജൻ മാസ്ക് വച്ചിരിക്കുന്നതായേ തോന്നുകയില്ല. എന്നാൽ എത്രയെത്രയോ കാലമായി അയാൾ ഇത് തന്റെ കുടുംബം, പരിസരം, സുഹൃദ് വലയം, ഓഫീസ് എന്നിവിടങ്ങളിൽ സാന്ദർഭികമായും സാമൂഹിക അകലം പാലിച്ചും അല്ലാതെയും നന്നായി ഉപയോഗിച്ചുകൊണ്ടിരിക്കുന്നു!

ഇപ്പോൾ വേനൽ മഴ നേരിയതായി ചിതറുമ്പോൾ, ഈ നേരത്ത് പട്ടണത്തിലൂടെ വലിയ തിടുക്കമില്ലാത്തപോലെ കാർ ഡ്രൈവു ചെയ്യുന്നതിനിടയിൽ അരികിലിരിക്കുന്ന ജിനോയ്ക്കു വെളിപ്പെട്ടിരിക്കുന്നത് വിജയരാജന്റെ മേൽപ്പറഞ്ഞ തരത്തിലുള്ള മാസ്കാണ്. അതനുസരിച്ച് വിജയരാജന്റെ മുഖത്ത് പ്രകടമായ സന്തോഷമുണ്ട്. മാത്യു വർഗീസ് കൊടുത്തുവിട്ട പണം തന്നെ ഏൽപ്പിച്ചു മടങ്ങിയ ജിനോയ്ക്ക് റോഡു ബ്ലോക്കായതിനാൽ ഈ രാത്രി രണ്ടു-രണ്ടര മണിക്കൂർ യാത്രാദൈർഘ്യമുള്ള സ്വന്തം വീട്ടിൽ എത്താനാവില്ലെന്നതിനാൽ അവന് ആതിഥ്യം നൽകുന്നതിൽ തനിക്ക് അതിയായ സന്തോഷമേയുള്ളൂ. നാളെ വെളുപ്പിന് ബ്ലോക്കു നീങ്ങിയെങ്കിൽ ബസ്സു മാർഗമോ അല്ലെങ്കിൽ ട്രെയിൻ വഴിയോ അവനു പോകാവുന്നതല്ലേയുള്ളൂ.

ഈ വിധത്തിൽ മാസ്ക് പ്രകടമാക്കുന്ന മുഖഭാവത്തോടെ ത്തന്നെ അയാൾ ജിനോയോട് മഹാരാഷ്ട്രയും ദൽഹിയും ഗുജ റാത്തുമൊക്കെ നേരിടുന്ന പ്രതിസന്ധികളെക്കുറിച്ചും കേരളത്തിലെ ആരോഗ്യമേഖലയുടെ മികവിനെക്കുറിച്ചും ഒക്കെ സവിസ്തരം സംസാരിക്കുന്നുണ്ട്.

എന്നാൽ വിജയരാജന്റെ ഈ മാസ്കിനു പിന്നിൽ വെരുക് ഉഴറി നടക്കുകയാണ്. ജിനോ എന്ന, തനിക്ക് കൂടുതലായൊന്നും അറി യില്ലാത്ത ചെറുക്കനെ ഇന്നിനിയങ്ങോട്ട് നാളെ പ്രഭാതം വരെ വീട്ടിൽ നിർത്തണം എന്നത് വല്ലാത്തൊരു അസ്വസ്ഥതയായി മാറിയിരി ക്കുന്നു. മകൾ അന്യദേശത്ത് പഠിക്കുന്നവളായതു നന്നായി. അവൾ വീട്ടിലുള്ളപ്പോഴും സുഹൃത്തുക്കൾ വീട്ടിൽ രാത്രി തങ്ങാനുള്ള സാഹചര്യം വിജയരാജൻ ബുദ്ധിപൂർവം ഒഴിവാക്കിയിട്ടുണ്ട്. ഇപ്പോൾ പിന്നെ സീമന്തിനി മാത്രമേ വീട്ടിലുള്ളൂ. എങ്കിലും അവൾ വീട്ടിലുണ്ട് എന്നത് ഉള്ളിലെ ആ വെരുകിന്റെ എരിപൊരി സഞ്ചാരത്തിന് ലേശം വേഗം കൂട്ടുന്നുണ്ട്.

നേരത്തേ, പണം തരാൻ ജിനോ വീട്ടിൽ വന്നപ്പോൾ പെട്ടെന്ന് ചായയും കൊണ്ട് വന്ന സീമന്തിനിയുടെ നേരേ ഉണ്ടായ അവന്റെ നോട്ടത്തിൽ കണ്ട ആ വിസ്മയം കലർന്ന അമ്പരപ്പ് - ഒരു കയറ്റം കയറി ചെന്നപാടെ മനോഹരമായ ഓറഞ്ചുതോട്ടം കാണുമ്പോഴോ, നിറഞ്ഞു കവിഞ്ഞ് പതഞ്ഞ് ഒഴുകിയിറങ്ങുന്ന ഒരു വെള്ളച്ചാട്ടം വെളിപ്പെടുമ്പോഴോ സർവ്വം മറന്ന് നോക്കിപ്പോകുന്നത് - ആ ഒരു ഭാവമാറ്റം - അത്, അത് ജിനോയെയും കൊണ്ടു സീമന്തിനിയുള്ള വീട്ടിലേക്ക് പോകുന്നതിനിടയിൽ വിജയരാജന്റെ ഉള്ളിലെ വെരു കിനെ വല്ലാതെ വിറളി പിടിപ്പിക്കുന്നുണ്ട്.

എന്നാൽ അങ്ങനെയൊരു വെരുക് ഉള്ളിൽ വെപ്രാളപ്പെടുന്നതു പുറമേ ഒട്ടും തോന്നിക്കാത്തവിധം ഒതുക്കിവയ്ക്കാനും ഒരു നല്ല ആതിഥേയന്റെ ഹൃദയവിശാലത സദാ മുഖത്തു നിലനിർത്താനും വിജയരാജനു കഴിയുന്നു എന്നതാണ് മാസ്കിന്റെ ഗുണം.

അത് നമ്മളിൽ പലരെയും പോലെ അയാളും ഇക്കാലമത്രയും മുഖത്തു നിലനിർത്തിപ്പോന്നിരുന്ന ആ ആഗോള നിലവാരമുള്ള മാസ്കിന്റെ ഗുണമല്ലാതെ വേറൊന്നുമല്ല.

കുറുക്കൻ

ജീവിക്കാൻ കഴിവോ ബുദ്ധിയോ മാത്രം പോരാ, ഭാഗ്യവും വേണം. രണ്ടും ഒത്തിണങ്ങിയ മൃഗമാണ് കുറുക്കൻ. നേരം വെളുക്കും മുമ്പ് കുറുക്കന് വേണ്ടത് കുറുക്കൻ ഒപ്പിച്ചിരിക്കും. അല്ലെങ്കിൽ അത്

ഒത്തു കിട്ടും. അമിതമായ ആകാംക്ഷയില്ല. ഉത്ക്കണ്ഠയില്ല. തനിക്കുള്ളത് കൃത്യമായി ഒരിടത്ത് ഇരിപ്പുണ്ട്. താനങ്ങോട്ട് ചെല്ലുക മാത്രമേ വേണ്ടൂ. അങ്ങോട്ടു തന്നെയാണ് താൻ ചെല്ലുന്നതും. പിന്നെന്തിന് പെടാപെടപ്പ്?! അന്തിയാകുമ്പോൾ ഓരോ കുറുക്കനും മാളത്തിൽ നിന്നു പുറത്തേക്കു വന്ന് ഈയൊരു ആത്മവിശ്വാസത്തോടെ, ശുഭാപ്തിവിശ്വാസത്തോടെയാണ് ജീവിതത്തെ നോക്കുന്നത്.

അങ്ങനെയൊരു കുറുക്കനാണ് ഇപ്പോൾ ഈ ഹോണ്ടാ സിറ്റി കാർ ഓടിച്ചും വാ തോരാതെ എന്തൊക്കെയോ പറഞ്ഞുമിരിക്കുന്ന വിജയരാജന്റെ ഇടതുവശത്തിരിക്കുന്നത്. അവന്റെ മാസ്ക് നോക്കൂ. വിനയം, മര്യാദ, ഭവ്യത, സംസ്കാരവും വിദ്യാഭ്യാസവും ദ്യോതിപ്പിക്കുന്ന സൗമ്യത- ഇതൊക്കെ കൃത്യമായ അളവിൽ ചേർത്തുണ്ടാക്കിയ ഉന്നതഗുണനിലവാരമുള്ള മാസ്ക്. ഇതു വച്ചു നടക്കുന്നയാൾക്ക് എവിടെയും സ്വീകാര്യത ഉണ്ടാവും. ജിനോയ്ക്കും അതു കിട്ടി. വിജയരാജന്റെ വീട്ടിൽ ഇന്നു വൈകുന്നേരം ചെന്നപ്പോൾ.

വലിയ സ്നേഹവായ്പോടെയാണ് വിജയരാജൻ അവനെ എതിരേറ്റത്. അവന്റെ മുഖഭാവവും പെരുമാറ്റവും അയാൾക്കു നന്നേ ഇഷ്ടപ്പെട്ടു എന്ന് അവന് മനസ്സിലായി. പണവും കൈമാറി അപ്പോൾ തന്നെ പോന്നിരുന്നെങ്കിൽ ആ പ്രതിച്ഛായ അങ്ങനെത്തന്നെ നിലനിന്നേനെ. പക്ഷേ, അതിനിടെ ഓർക്കാപ്പുറത്താണ് അകത്തുനിന്നും ചായയുംകൊണ്ടു സീമന്തിനി വന്നത്. നോക്കിയതും ജിനോയുടെ ഉള്ളിലെ കുറുക്കൻ മാസ്കിനപ്പുറത്തു നിന്നും നീട്ടി ഓരിയിട്ടതും ഒപ്പം. ഒറ്റ സെക്കന്റ്. വിജയരാജന്റെ കൂർത്ത നോട്ടം ജിനോയുടെ കുറുക്കനെ കണ്ടുപിടിച്ച നിമിഷമാണത്. ജിനോ പെട്ടെന്നു തന്നെ മാസ്കിട്ടു കുറുക്കനെ മറച്ചു. -'ഛെ', എന്ന് അവൻ ഉള്ളിൽ പിറുപിറുക്കുകയും ചെയ്തു.

മാസ്ക് വച്ചുകൊണ്ട് അവസരത്തിനൊത്തു പെരുമാറാൻ അറിയാത്തവർ മാസ്ക് വച്ചാലുള്ള പ്രശ്നം ഇതാണ്. അറിയാതെ ചിലപ്പോൾ പിടി കൊടുത്തു പോകും. അതുകൊണ്ടുണ്ടാകുന്ന ഇണ്ടല് - ഓ, അതു വല്ലാത്ത മനശ്ശല്യമുണ്ടാക്കിക്കളയും. അതിന്റെ ഒരു അസ്കൃതയിലാണ് ഇപ്പോഴും ജിനോ. മാസ്കിനുള്ളിൽ ആ കുറുക്കൻ കിട്ടാത്ത മുന്തിരിക്കു വേണ്ടി വെറുതെ ചാടിയ പൂർവികന്റെ അതേ ജാള്യതയിൽ പരുങ്ങിനിൽക്കുകയാണ്.

വികാരജീവിയും ആരോഗ്യവാനുമായ ഒരു ചെറുപ്പക്കാരനെ അസ്വസ്ഥനാക്കാൻ മാത്രം വശ്യതയുള്ള സീമന്തിനി എന്ന സ്ത്രീ ഉള്ള വീട്ടിൽ ഈ രാത്രി ഉള്ളിലെ ആ കുറുക്കനെ മറച്ചുവച്ചുകൊണ്ട്

തള്ളി നീക്കുക വലിയൊരു പരീക്ഷണമായിരിക്കുമല്ലോ എന്ന ചിന്തയിലാണ് ഇപ്പോൾ ജിനോ. ആ കുറുക്കൻ അല്പം ഉത്സാഹിയുമായിരിക്കുന്നു എന്നതും അവനെ കുഴപ്പിക്കുന്നുണ്ട്.

എന്നാൽ കുറുക്കൻ അവനെ സമാധാനിപ്പിക്കുന്നുണ്ട്. ''ബേജാറാകാതിരിക്കൂ ചങ്ങാതി. വിഭവസമൃദ്ധമായ സദ്യ കിട്ടാനുള്ള നല്ലൊരു സാദ്ധ്യതയാണ് മുന്നിലുള്ളത്. അമിതാവേശം കാണിച്ചോ വരുംവരായകളോർത്ത് പിന്തിരിഞ്ഞോ അവസരം തുലച്ചുകളയരുതേ. അല്ല, ഇതുപോലെ വന്നു കിട്ടിയ ചാൻസൊന്നും നിങ്ങൾ പാഴാക്കിയിട്ടില്ലല്ലോ. ഇതും അതുപോലെ കരുതിയാൽ മതി. നിങ്ങളായിട്ട് ഒന്നും ചെയ്യേണ്ട. ഇപ്പോൾ ഇട്ടിരിക്കുന്ന ഈ മാസ്കുമായി തന്നെ അങ്ങു നിന്നാൽ മതി. വരാനുള്ളത് എന്താണോ അതു നിങ്ങളുടെ കയ്യിലേക്കു തന്നെ വരും. അഥവാ വരില്ലെങ്കിൽ വരുത്താനുള്ള വഴി നമുക്കപ്പോൾ നോക്കാം. രണ്ടും നമുക്കു ശീലമല്ലേ?''

പറഞ്ഞതുപോലെ സീമന്തിനി ഒരു കോഴിപ്പിടയെപ്പോലെ കുറുക്കന്റെ വഴിയിലേക്കു വരുമോ? അതോ തന്റെ വഴിയിലേക്ക് അവളെ ഇറക്കിക്കൊണ്ടു വരാൻ അവനു കഴിയുമോ?

കാട്ടുപൂച്ച

വീടിന്റെ മുകൾത്തട്ടിൽ മാസങ്ങൾ കൂടുമ്പോൾ പൂച്ചകൾ ഇണ ചേരും. ആനന്ദത്തിന്റെ പരകോടിയിൽ അവ പുറപ്പെടുവിക്കുന്ന മുക്കലും മൂളലും മുരൾച്ചയും. അതു കേട്ട് ഉറക്കമില്ലാതെ കമഴന്നു കിടന്ന് സ്വയം ശപിക്കുന്ന ഒരു സ്ത്രീ. അവളുടെ പേര് സീമന്തിനി.

വെറും പൂച്ചകൾക്ക് ഇത്രയും ആവേശമെങ്കിൽ കാട്ടുപൂച്ചകൾ കാട്ടിക്കൂട്ടുന്നതെന്തൊക്കെയായിരിക്കും. അവയുടെ സ്നേഹപ്രകടനങ്ങൾ. അതിന്റെ ഉച്ചാവസ്ഥ. അതിലേക്കുള്ള അവരുടെ എത്തിപ്പെടൽ -അതൊക്കെ എങ്ങനെയായിരിക്കുമെന്നോർത്ത്, പിന്നെയും പിന്നെയും പലതുമോർത്ത് അവൾ അങ്ങനെ ഇരുട്ടിലേക്കു നോക്കി ഉറങ്ങാതെ കിടക്കും. അപ്പോഴേക്കും തട്ടിൻപുറം ശാന്തമായിക്കാണും. നിർവൃതിയോടെ എഴുന്നേറ്റു പോകുന്ന വെളുമ്പിപ്പൂച്ചയെ അവളോർക്കും. തൃപ്തനായി മാറിയിരുന്ന് തന്റെ വാലും ഉടലും നക്കി മിനുക്കുന്ന ആ മീശക്കാരൻ പാണ്ടൻ പൂച്ചയെയും.

''അതൊക്കെ ഒരു യോഗമാണ്.'' അവൾ ആരോടെന്നില്ലാതെ പറയും. പ്രകൃതിയുടെ വിളി ഉണ്ടാകുമ്പോൾ എവിടെ നിന്നെങ്കിലും ഏതെങ്കിലും ഒരുത്തൻ- ചിലപ്പോൾ ഒന്നിലേറെപ്പേർ വന്നു കൂടും. കുറേ കടിപിടിയും ഒച്ചപ്പാടും ഒക്കെ കഴിയുമ്പോൾ അതങ്ങു നടക്കും. കഴിഞ്ഞു. രണ്ടും രണ്ട് വഴി. രണ്ടിലേറെയുണ്ടെങ്കിലും ഒക്കെ പല

വഴി. കണക്കു പറച്ചിൽ ഇല്ല. ബാദ്ധ്യത ഇല്ല. അവകാശവാദങ്ങളില്ല. പോരായ്മയോ മതിയായ്കയോ പറയുന്നില്ല. എന്റെ വസ്തുവായി, എനിക്കു മാത്രം ഉപയോഗിക്കാനുള്ളതായി, അടങ്ങിയൊതുങ്ങി കഴിഞ്ഞോളണം എന്ന അലിഖിതമായ ശാസനങ്ങളില്ല. എന്തു രസം. അടുത്ത ജന്മം ഒരു പൂച്ച- വെറും പൂച്ചയല്ല, കാട്ടുപൂച്ച- അതായാൽ മതി. കാട്ടരുവികളുടെ കരയിലും കാട്ടുപൊന്തകൾക്കിടയിലും കാട്ടുപുല്ലുകളിലും കിടന്നുരുണ്ട് പരസ്പരം കടിച്ചുകീറിയും മാന്തിപ്പറിച്ചും ശബ്ദമുണ്ടാക്കി കാട്ടുരാത്രിയെ പൊട്ടിത്തരിപ്പിച്ചും അതു സാധിക്കുക.

സാധിക്കുമോ? സാധിക്കുമെങ്കിൽ ഈ നിമിഷം മരിക്കാൻ സീമന്തിനി തയ്യാറാണ്. അടുത്ത ജന്മത്തിലേക്കു മറിയുമ്പോൾ കൂടെ കൊണ്ടുപോകാൻ ഒരു കാട്ടുപൂച്ചയെ അവൾ ഇപ്പഴേ പോറ്റി വളർത്തുന്നുണ്ട്. ഒരാൾക്കും കാണാൻ പറ്റില്ല. കാരണം മാസ്കിന് അകത്താക്കി വച്ചിരിക്കുകയാണ്. നല്ല ഒന്നാന്തരം മാസ്കാണ്. 'ഭർത്താവ് വിജയരാജൻ, ഭർത്താവിന്റെ മാതാവ് കദ്രു അമ്മായി, ബാംഗ്ലൂരിൽ സോഫ്റ്റ് എൻജിനീയറായ മകൾ നമിതാ വിജയൻ പിന്നെ അടുത്തും അകന്നുമുള്ള സന്ധുബന്ധുക്കൾ, അയൽവക്കത്തുള്ളവർ- ഇവർക്കെല്ലാം മുന്നിൽ കാണപ്പെടുന്ന മാസ്ക് ഉത്തരവാദിത്വവും കാര്യപ്രാപ്തിയുമുള്ള ഒരു സ്ത്രീയുടേതാണ്. സംശുദ്ധവും സംതൃപ്തവുമായ ദാമ്പത്യജീവിതം നയിക്കുന്ന, സുന്ദരിയും സ്നേഹമസൃണയുമായ ഒരു വീട്ടമ്മയുടെ, സോറി, ഹോം മേക്കറുടെ എത്രയും ആകർഷകമായ മുഖം- അഥവാ മുഖകവചം.

അതിനു മറവിൽ ഇക്കാലമത്രയും സുരക്ഷിതമായി പതിയിരിക്കുകയായിരുന്ന കാട്ടുപൂച്ചയെ ജിനോ എന്ന കുറുക്കൻ തന്റെ ഉളിമൂർച്ചയുള്ള കണ്ണുകൊണ്ട് നിഷ്പ്രയാസം വെളിപ്പെടുത്തിയോ?

വിജയരാജന്റെ സാന്നിദ്ധ്യത്തിൽ തന്നെ ജിനോയ്ക്കു ചായക്കപ്പു നീട്ടുമ്പോൾ വിസ്മയംകൊണ്ടു വിടർന്ന അവന്റെ കണ്ണുകളുടെ ആഴങ്ങളിൽ തെളിഞ്ഞു കണ്ട തന്റെ എത്രയും സുന്ദരമായ പ്രതിരൂപം അവൻ പോയിക്കഴിഞ്ഞപ്പോഴും അവളെ ഓർമിപ്പിക്കുന്നുണ്ട്.

''നീ തിരിച്ചറിയപ്പെട്ടിരിക്കുന്നു. ആ തിരിച്ചറിവിന്റെ ലഹരി പിടിച്ച കാൽവയ്പ്പുകൾ നിന്നിലേക്കുള്ള ദൂരം അളന്നെടുത്തു കൊണ്ടിരിക്കുന്നു.''

വീടിന്റെ ഗേറ്റിൽ കാർ നിന്ന് ഹോണടിച്ചു.

കാട്ടുപൂച്ചയെ ഉള്ളിലേക്ക് തള്ളിയൊതുക്കിവച്ച് കുലസ്ത്രീയുടെ മാസ്കും ധരിച്ച് സീമന്തിനി ഗേറ്റിലേക്ക് ഓടി.

കദ്രു അമ്മായി

ഇനി പറയുന്ന ആൾക്ക് മാസ്ക് ഇല്ല. ജനിച്ചിട്ട് ഇന്നേവരെ അതു വച്ചിട്ടില്ല. നേരേ വാ നേരേ പോ. വയസ്സ് ഏതാണ്ട് തൊണ്ണൂറി നടുത്തുണ്ട്. വിജയരാജന്റെ അമ്മയാണ്. അമ്മായി എന്നത് കദ്രു എന്ന പേരിലേക്ക് പിന്നീട് വന്നു ചേർന്ന സ്ഥാനപ്പേരാണ്. പത്തോ പതിമൂന്നോ വയസ്സുള്ളപ്പോൾ കദ്രു കല്യാണം കഴിച്ച ഭാനു വിക്രമന് കുറേ അനന്തരവന്മാർ ഉണ്ടായിരുന്നു. അയാളായിരുന്നു തറവാട്ടിലെ ഏറ്റവും മുതിർന്നയാളും. അതുകൊണ്ട് വളരെ ചെറു പ്രായത്തിൽ തന്നെ കദ്രുവിന് അമ്മായി എന്ന വിളിപ്പേരു കിട്ടി.

സിദ്ധിയും സാധനയും ഉപാസനകളും സേവകളും ഒക്കെ തലമുറകളായി ചെയ്തുപോന്ന ഒരു പുരാതന കുടുംബത്തിലെ ആ പാരമ്പര്യഗുണങ്ങളുണ്ടായിരുന്നവരുടെ ഒടുക്കത്തെ കണ്ണിയാണ് കദ്രു അമ്മായി എന്നു പറയാം. മകൻ വിജയരാജനോ അയാളുടെ മകൾ നമിതയ്ക്കോ ദൈവവിശ്വാസം പോലുമില്ലല്ലോ.

ഈ അടുത്ത കാലത്തായി പെട്ടെന്നൊരു ദിനം മുതൽ കദ്രു അമ്മായി എന്തോ പിറുപിറുത്തുകൊണ്ട് പൂജാമുറിയുടെ വാതിൽ വലിയ ശബ്ദത്തോടെ കൊട്ടിയടച്ചിറങ്ങി. കഠിനമായ കോപംകൊണ്ട് അവരുടെ മുഖം ചെമ്പരത്തിപ്പൂപോലെ ചുമന്നിരുന്നു. പിന്നീട് ഒരിക്കലും അവർ പതിവു പൂജകൾ ചെയ്യുകയോ ദേവമന്ത്രങ്ങൾ ജപിക്കുകയോ ചെയ്തില്ല.

ഒരു ദിവസം അവർക്കു കടുത്ത തലവേദന വന്നു. മഴു കൊണ്ട് ആരോ തല വെട്ടിപ്പിളർത്തുകയാണ് എന്ന് അവർ ആരോടെന്നില്ലാതെ പറഞ്ഞു. ദിവസങ്ങളോളം ആ തലവേദന നീണ്ടുനിന്നു. അതു നീളും തോറും അവർ അബോധാവസ്ഥയിലേക്കു പോയി. സീമന്തിനി നിർബന്ധിച്ചതു കൊണ്ട് വിജയരാജൻ അടുത്ത സുഹൃത്തായ റോയ് മാമ്പിള്ളിൽ എന്ന ന്യൂറോ സർജൻ വഴി ടെസ്റ്റുകൾ പലതു നടത്തിയെങ്കിലും മാരകമായിട്ടൊന്നും കാണുകയുണ്ടായില്ല. എന്നാൽ അപ്രതീക്ഷിതമായി യാതൊന്നും ചെയ്യാതെത്തന്നെ ഈ തലവേദന പിടിച്ചു നിർത്തിയതുപോലെ നിന്നു. ദിവസങ്ങൾക്കു ശേഷമാകട്ടെ അത് ആവർത്തിക്കാൻ തുടങ്ങി.

തലവേദന പിടിച്ച ദിനങ്ങളുടെ അവസാനത്തിൽ കദ്രു അമ്മായി മൗനത്തിലാഴും. ജലപാനമില്ല. കുളിയില്ല. ഉറക്കമില്ല. അടയാത്ത കണ്ണുകൾ വിദൂരതയിൽ നട്ട് അവർ കിടക്കയിൽ ജരവീണ് ചുളുങ്ങിയ തൊലിയുള്ള കാലുകൾ നീട്ടി ചുവരുചാരി ഇരിക്കും. തീക്ഷ്ണമായ നോട്ടമാണത്. ദേശകാലങ്ങൾക്കപ്പുറത്തേക്കാണ് അത് ചെല്ലുന്നതെന്നു തോന്നും. കദ്രു അമ്മായിയുടെ കണ്ണുകൾ അകലെയോ

അടുത്തോ ഏതോ ദുരന്തം മുന്നിൽ കാണുകയാണ് എന്ന് അന്നാർക്കും മനസ്സിലായിരുന്നില്ല. ആ കാഴ്ചയുടെ പ്രതികരണങ്ങൾ ചിലപ്പോൾ നടുക്കമായും ഭീതിയായും തീവ്രമായ സങ്കടമായും ധാർമികരോഷമായും ഒക്കെ കദ്രു അമ്മായിയുടെ മുഖത്തു തെളിഞ്ഞു മറയും.

മണിക്കൂറുകൾ, ദിവസങ്ങൾ, ആഴ്ചകൾ തന്നെ അങ്ങനെ കടന്നുപോയേക്കാം. അതു പലപ്പോഴും ദുരന്തക്കാഴ്ചയുടെ വ്യാപ്തിയെ ആശ്രയിച്ചിരിക്കും. മുറുകിക്കെട്ടിയ ആ ദിവസങ്ങളുടെ അവസാനത്തിൽ പതുക്കെ ഒട്ടേറെ ദിനരാത്രങ്ങൾക്കു ശേഷം കദ്രു അമ്മായി മെല്ലെ കിടക്കയിലേക്കു ചരിയും. കണ്ണുകളടയ്ക്കും. നിറയെ ചുളിവുകൾ വീണ് ഒരു ചിലന്തിവല പോലെ തോന്നിക്കുന്ന വെളുത്തു വിളറിയ മുഖം പ്രശാന്തമാകും. ആ കിടപ്പ് ദിവസങ്ങളോളം നീളാം.

അതിന്റെ ഒടുക്കത്തിൽ ശവതുല്യമാം വിധം നിസ്സംഗമായ മുഖഭാവത്തോടെ അവർ എഴുന്നേൽക്കുകയും വിറയ്ക്കുന്ന കൈകൾ കൊണ്ട് തന്റെ തൂവെള്ള തലമുടി കെട്ടിവയ്ക്കുകയും ചെയ്ത ശേഷം വളരെ ഹ്രസ്വമായി എന്തെങ്കിലും ആരോടെന്നില്ലാതെ പറയും. അത് ആരെങ്കിലും കേട്ടാൽ അത് അവരുടെ ഭാഗ്യം. കാരണം അടുത്തു വരാൻ പോകുന്ന ഒരു ദുരന്തത്തെക്കുറിച്ചുള്ള സൂചനയാകാം കദ്രു അമ്മായി പുറത്തു വിട്ടത്. മുൻകൂട്ടി അറിഞ്ഞിരിക്കുന്നത് എന്തുകൊണ്ടും നല്ലതാണല്ലോ. അതു മനസ്സിലാക്കിയ വിജയരാജൻ അമ്മയുടെ വരണ്ടു വിണ്ടു കീറി വെളുത്ത മുഖത്ത് ഒരു നേർത്ത ചുവന്ന വര പോലുള്ള ചുണ്ടുകൾക്കിടയിൽ നിന്നു വീഴുന്ന വാക്കുകൾ പിടിച്ചെടുക്കാനായി കിണഞ്ഞു ശ്രമിക്കും. ഒരിക്കൽ അയാളുടെ സ്വന്തം കാര്യത്തിൽ അമ്മ നടത്തിയ ഒരു പ്രവചനമാണ് അതിനുള്ള ഏറ്റവും നല്ല ഉദാഹരണം.

ദിവസങ്ങൾ നീണ്ട മൗനത്തിനു ശേഷം ഉറക്കത്തിൽ നിന്നുണർന്ന കദ്രു അമ്മായി കണ്ണു തുറന്ന് തീക്ഷ്ണമായി വിജയരാജനെ നോക്കിക്കൊണ്ടു പിറുപിറുത്തു.

''കെട്ടിപ്പെറുക്കി വടക്കോട്ട്... വടക്കൂന്നും വടക്കോട്ട്.. പിന്നെ തെക്കോട്ട്... തെക്കൂന്നും തെക്കോട്ട്.''

അതു പിടിച്ചെടുത്ത വിജയരാജന്റെ തലയിൽ ഒരു മിന്നൽ പ്രകാശമുണ്ടായി. ഒട്ടും സമയം കളയാതെ അയാൾ തലസ്ഥാനത്തേക്കു പാഞ്ഞു. അസോസിയേഷൻ നേതാക്കളെയും മന്ത്രിയെയും ഒക്കെ കണ്ടു. കൃത്യസമയത്തായിരുന്നു അത്. അയാൾ ഉൾപ്പെട്ട വലിയൊരു അഴിമതി സംബന്ധിച്ച നടപടികൾ തൽക്കാലത്തേക്ക് മരവിപ്പിക്കാൻ അയാൾക്ക് അങ്ങനെ സാധിച്ചു.

അതുപോലുള്ള വ്യക്തിപരമായ കാര്യങ്ങൾക്കപ്പുറം വലിയ സാമൂഹ്യ ദുരന്തങ്ങളും കദ്രു അമ്മായിയുടെ കാഴ്ചയിലേക്കു വന്നുഭവിക്കാറുണ്ട്. ആഴ്ചകൾ നീണ്ട മൗനത്തിനുശേഷം സൈഥര്യം ഉറഞ്ഞ കണ്ണുകളോടെ ഒരു ദിവസം കദ്രു അമ്മായി പിറുപിറുത്തു:

''വായ തേടി മീനുകൾ വരുന്ന ദിനമെത്തി.''

ആദായവിലയ്ക്ക് വിജയരാജൻ വാങ്ങിയ വലിയ ആവോലി മത്സ്യം അടുക്കളയിലേക്കു കൊണ്ടുപോകുന്നതിനിടയിൽ സീമന്തിനി അതു കേട്ടെങ്കിലും അത്ര കാര്യമാക്കിയില്ല.

പക്ഷേ, കൃത്യം ഒരു മാസത്തിനു ശേഷം ഉണ്ടായ പെരുമഴക്കാലത്ത് ഒരു കുട്ടകത്തിൽ കദ്രു അമ്മായിയെ ഇരുത്തി രക്ഷാസ്ഥാനത്തേക്കു നീങ്ങുന്ന വിജയരാജനോടൊപ്പം കഴുത്തോളം വെള്ളത്തിൽ നീന്തുമ്പോൾ പെട്ടെന്ന് സീമന്തിനിയുടെ മുഖത്തിനു നേർക്ക് ഒരു മുഴുത്ത വരാൽ മത്സ്യം പാഞ്ഞു വരികയും വെട്ടിയൊഴിഞ്ഞു പോവുകയും ചെയ്തു.

മറ്റൊരവസരത്തിൽ നീണ്ട മൗനം ഭഞ്ജിച്ചുകൊണ്ട് കദ്രു അമ്മായി കൊടിയ ദുഃഖത്തോടെ ''എന്റെ മകളേ.. എന്റെ മകളേ'' എന്നു വിലപിച്ചു. അതു കേട്ടപാടെ സീമന്തിനി ബങ്കളുരുവിൽ ഉള്ള മകൾ നമിതയെ വിളിച്ച് അവളുടെ വിവരം തിരക്കുകയും അവൾക്ക് കുഴപ്പമൊന്നുമില്ലെന്നുറപ്പായെങ്കിലും വല്ലാതെ സൂക്ഷിക്കണമെന്നും - അല്ലെങ്കിൽ വേണ്ട, കുറച്ചു ദിവസത്തേക്ക് കോളേജിൽ ലീവു പറഞ്ഞ് പോരാൻ ആവശ്യപ്പെടുകയും അവൾ അമ്മൂമ്മയുടെ നട്ടപ്രാന്ത് അമ്മയ്ക്കും പകർന്നോ എന്നു ചോദിച്ചു ചിരിച്ചപ്പോൾ കുപിതയായി വിജയരാജനെയു കൂട്ടി കാറിൽ അപ്പോൾ തന്നെ അങ്ങോട്ടു ചെന്ന് അവളെ കയ്യോടെ കൂട്ടിക്കൊണ്ടുവരാൻ ഇറങ്ങുകയും ചെയ്യുന്ന നേരത്ത് ടിവിയിൽ ആ ന്യൂസ് കണ്ടു-

വടക്കൊരു ദിക്കിൽ കേടായ ലിഫ്റ്റിൽ അറിയാതെ കയറിയ ഒരു പെൺകുട്ടി അതു പൊട്ടി വീണ് തലതകർന്നു മരിച്ചു.

''ഹൗ, അതങ്ങനെ ഒഴിഞ്ഞുപോയി. ആശ്വാസം.'' സീമന്തിനി ഗുരുവായൂരപ്പനെ വിളിച്ച് നന്ദി പറഞ്ഞു.

ഒരിക്കൽ എന്തിനോ ആ മുറിയിലേക്കു ചെന്ന വിജയരാജനെ നോക്കി അമ്മ മന്ത്രിച്ചു:

''കിട്ടിയതു കടലെടുത്തല്ലോ മക്കളേ.''

അറം പറ്റി. എംപിയുടെ മകന്റെ ഭാര്യാസഹോദരി ഭർത്താവിന് ടൗൺ പ്ലാനിങ് നിയമം ലംഘിച്ചു ഷോപ്പിങ് മാൾ പണിയാൻ വേണ്ടതു ചെയ്തതിന് പാരിതോഷികം പറ്റുന്നതിന്റെ ഭാഗമായി അയാളുടെ

കടലോരത്തെ റിസോർട്ടിൽ ആഘോഷപ്പാർട്ടി കൊഴുക്കുമ്പോൾ കിട്ടിയ മുതലത്രയും നിറച്ച ബാഗേജ് അബദ്ധത്തിൽ കൽക്കെട്ടിൽ നിന്ന് കടലിലേക്ക് - കാൽക്കോടിയുടെ പച്ചനോട്ടുകെട്ടുകൾ അപ്പാടെ വാരിക്കൊണ്ടുപോയി തിരകൾ ആർത്തു ചിരിച്ചു.

''വല്ലതും പറയാൻ പറ്റുമോ? അല്ലേത്തന്നെ ആരോടു പറയാൻ? ആ തള്ളപ്പണ്ടാരത്തിന് കുത്തിയിരുന്നു നല്ലതു വല്ലതും ആവാഹിച്ചു വരുത്തിക്കൂടേ? ചവം.'' വിജയരാജൻ അമ്മയുടെ പ്രവചനമോർത്ത് പല്ലു ഞെരിച്ചു.

ഈയടുത്ത് ഒരു ദിവസം സീമന്തിനി പറഞ്ഞു അമ്മയുടെ കാൽക്കൽ നീരു കെട്ടുന്നുണ്ടെന്ന്. നിർബന്ധിച്ചപ്പോൾ ചെന്നു നോക്കിക്കളയാമെന്നു കരുതി ചെന്നതാണ്. നിശ്ചലമായി തറഞ്ഞുനോക്കിക്കൊണ്ട് കദ്രു അമ്മായി പറഞ്ഞു,

''കള്ളനും കാവക്കാരനും ഒക്കും. നാട് അന്യാധീനപ്പെടും.''

അങ്ങനയങ്ങനെ വലുതും ചെറുതും ചെറുതും വലുതുമായി നിരവധി വെളിപാടുകൾ കദ്രു അമ്മായിയിൽ നിന്നുമോരോ കാലങ്ങളിൽ ഉണ്ടാവുകയും വിജയരാജനും സീമന്തിനിക്കും അവരെ തീർത്തും ഭയമാവുകയും ചെയ്തു. അവരുടെ ആ അനന്തതയിൽ നട്ട നോട്ടമാണ് രണ്ടുപേരേയും ഏറെ ആശങ്കയിലാഴ്ത്തിയത്. വിജയരാജൻ അമ്മയുടെ മുറിയിലേക്ക് ചെല്ലാൻ പോലും മടിച്ചു അഥവാ പേടിച്ചു. ഓരോ തവണയും കദ്രു അമ്മായി നിരാഹാരത്തിലും മൗനത്തിലും ആവുമ്പോൾ വിജയരാജന് ആധിയാണ്. ''പണ്ടാരം... എന്തോ ഉരുട്ടിപ്പിടിച്ച് എടുത്തു കൊണ്ടുവരുന്നുണ്ട്.''

അതേ ഭീതിക്കു മുന്നിലേക്ക് വിജയരാജൻ ഒരിക്കൽ കൂടി എത്താൻ പോകുന്നു. അതിനു മുൻപ് ഒരു ചെറിയ രംഗം കാണേണ്ടതുണ്ട്. അയാളും സീമന്തിനിയും ജിനോയും ഉൾപ്പെടുന്നത്. എത്രയും നിർണ്ണായകമായത്.

ഗേറ്റിൽ ഹോൺ കേട്ട് ലോണിനു നടുവിലെ വെളുവെളുത്ത ടൈലു വിരിച്ച നടപ്പാതയിലൂടെ ഓടി വന്ന് സീമന്തിനി ഗേറ്റു തുറന്നു. വിജയരാജന് കാറ് കടത്താൻ പാകത്തിന് തുറന്നു വച്ച് അലസമായി പതിവുള്ളൊരു കാര്യം ചെയ്തു കഴിഞ്ഞതിന്റെ ഉദാസീനതയോടെ തിരിഞ്ഞതും പെട്ടെന്ന് ഭർത്താവിനരികിൽ കാറിനു മുന്നിലെ വലതു സീറ്റിൽ ഇരിക്കുന്നയാളെ കണ്ട് ഒറ്റ ഞെട്ടൽ.

വിജയരാജൻ അതു ശ്രദ്ധിച്ചു. അതു മാത്രമല്ല. സീമന്തിനിയെ സമൃദ്ധമായി പൂത്തുനിൽക്കുന്നൊരു നെന്മേനി വാകമരമെന്നോണം സ്വയം മറന്നു നോക്കിപ്പോകുന്ന ജിനോയെയും. ആ കാഴ്ച അവനിൽ ഉളവാക്കിയ അനുഭൂതിയിൽ നിന്നും വീണ്ടും അപ്രതീക്ഷിതമായി

അവനെ കണ്ടതിൽ അവൾക്കുണ്ടായ വിസ്മയത്തിൽ നിന്നും നാലു കണ്ണുകൾ പരസ്പരം കോർക്കുകയും അവയിൽ നിന്നും പ്രസരിച്ച തരംഗങ്ങൾ വായുവിൽ പരസ്പരം വിലയം കൊള്ളുകയും ചെയ്തപ്പോൾ വ്യക്തമായും വിജയരാജൻ കേട്ടു.

കരിമ്പിൻതോട്ടം കണ്ട കുറുക്കന്റെ കൂവൽ. ഒരു കാട്ടുപൂച്ചയുടെ അദമ്യമായ തൃഷ്ണയിൽ നിന്നുയരുന്ന മുരൾച്ച.

ചുരുക്കത്തിൽ അവിടെ മൂന്നു മാസ്കുകൾ പൊഴിഞ്ഞു വീണു. വെളിപ്പെട്ടതാകട്ടെ മൂന്നു മൃഗങ്ങളും.

മുറിയിലേക്കു വന്ന് വസ്ത്രം മാറുന്നതിനിടയിൽ സീമന്തിനിയുടെ മുഖത്തു നോക്കാതെയും ഉള്ളിലെ വെരുകിന്റെ അസ്വസ്ഥത മുഖത്തെ മാസ്കിനുള്ളിൽ തന്നെ ഒതുക്കി നിറുത്താൻ യത്നിച്ചും വിജയരാജൻ ജിനോയെ തിരികെ കൊണ്ടുവരാനുണ്ടായ സാഹചര്യത്തെക്കുറിച്ചു സീമന്തിനിയോടു പറഞ്ഞു. ആ രാത്രി ജിനോ അവിടെ ഉണ്ടാകുമെന്ന അറിവ് ഉള്ളിലുളവാക്കിയ ഒരു ജ്വലനത്തിന്റെ നേർത്തൊരു മിന്നാട്ടംപോലും മുഖത്തു കാണിക്കാതിരിക്കുന്നതിൽ തീർത്തും വിജയിച്ച സീമന്തിനി പ്രതികരണമെന്നോണം പറഞ്ഞത് മറ്റൊരു വിഷയമാണ്. വളരെ പ്രധാനപ്പെട്ടൊരു വിഷയം.

‘‘വൈകീട്ട് പറയാൻ ഒത്തില്ല. നിങ്ങളുടെ അമ്മയ്ക്കു ദാ, പിന്നെയും തുടങ്ങി. ഉച്ചതൊട്ട് ഒന്നും കഴിക്കുന്നുമില്ല. കുടിക്കുന്നുമില്ല. മിണ്ടാട്ടവുമില്ല.’’

ഒന്നു മൂളിയിട്ട് അയാൾ ഉമ്മറമുറിയിലേക്കു വന്നു.

ഔപചാരികമായൊരു പരുങ്ങലോടെ ഇരുന്ന ജിനോയ്ക്ക് ഫാൻ ഓൺ ചെയ്തുകൊടുത്തു. അതിനു വൈകിയതിൽ ക്ഷമ പ്രകടിപ്പിച്ചു. ധരിക്കാൻ ഒരു ലുങ്കി കൊടുക്കാൻ സീമന്തിനിയോട് വിളിച്ചു പറഞ്ഞു. അതിനകം തന്നെ അധികം ഉപയോഗിച്ചിട്ടില്ലാത്ത ഒരു ലുങ്കി അലമാരയിൽ നിന്നെടുത്തു കഴിഞ്ഞിരുന്ന സീമന്തിനി സ്വയം എത്ര നിയന്ത്രിച്ചിട്ടും പ്രകടമായിപ്പോകുന്ന ഒരുത്സാഹത്തോടെ കൊണ്ടു വന്ന് ജിനോയ്ക്കു കൊടുത്തു. അവരുടെ കണ്ണുകൾ പരസ്പരം കൂട്ടിമുട്ടുന്നുണ്ട് എന്ന ഭീഷണമായ യാഥാർഥ്യം അസ്വസ്ഥമാക്കുമ്പോൾ വിജയരാജന് പെട്ടെന്ന് അമ്മയുടെ മുറിയിലേക്കു ചെല്ലണമെന്നും അമ്മ എന്തോ പറയാൻ ശ്രമിക്കുന്നുണ്ടെന്നും തോന്നി. അന്തഃപ്രേരണയിലെന്നവണ്ണം അയാൾ എണീക്കുമ്പോൾ ശബ്ദഭാവങ്ങളിൽ പരമാവധി ഔപചാരികത നിറച്ച് സീമന്തിനി ജിനോയുടെ വീട്ടുകാര്യങ്ങൾ തിരക്കുകയാണ്.

മുറിയിൽ കിടക്കയിൽ ചുവരു ചാരി അകലെ നട്ട തുറുകണ്ണുകളോടെ കദ്രുഅമ്മായി ഇരുന്നു. നൂറ്റാണ്ടുകളായി ഇരുന്നുണങ്ങിപ്പോയൊരു ജീവിയാണെന്നു തോന്നിപ്പോകും.

അമ്മ എന്തോ പിറുപിറുക്കുന്നു എന്നു തോന്നിയ വിജയരാജൻ തെല്ലുൽക്കണ്ഠയോടെ അവരുടെ വലിഞ്ഞു മുറുകിയ മുഖത്തേക്ക് തന്റെ കാതുകളടുപ്പിച്ചു. ധൃതിയിൽ അകന്നടയുന്ന വരണ്ട ചുണ്ടുകൾക്കിടയിൽ നിന്നു വാക്കുകൾ മന്ത്രം പോലെ തെറിച്ചു വീണു.

''നാട് തടവറയാകും. തടവറ മണിയറയാകും. മണിയറ പിന്നെ കൊലയറയാകും.''

അപ്പറഞ്ഞതു തന്നെ അവർ ആവർത്തിച്ച് ഉരുവിടുമ്പോൾ ഇത്തവണ പ്രശ്നം കുടുംബത്തിലുള്ളവർക്കല്ല പുറത്താർക്കോ ആണ് എന്ന് ആശ്വസിച്ച് വിജയരാജൻ മുറിക്കു പുറത്തേക്കു വന്നു. ഉമ്മറ സെറ്റിയിലിരുന്ന് റിമോട്ട് എടുത്ത് ടിവി ഓൺ ചെയ്തപ്പോൾ ന്യൂസ് ഡസ്കിൽ ഒരു സുന്ദരി കോലാഹലപ്പെടുന്നു. ഒപ്പം വലുതായി തെളിഞ്ഞ ബ്രേക്കിങ് ന്യൂസ് കണ്ട് വിജയരാജൻ ഞെട്ടി.

ജിനോ പകച്ചു.

അടുക്കളയിൽ പെട്ടെന്ന് സ്പെഷൽ ആയിട്ട് ഒരു കറി കൂടി ഉണ്ടാക്കാൻ നിഗൂഢമായൊരു ഉത്സാഹത്തോടെ ഒരുങ്ങുന്ന സീമന്തിനി നിന്ന നിൽപ്പിൽ നിന്നു:

''സമ്പൂർണ്ണ ലോക്ഡൗൺ പ്രഖ്യാപിച്ചിരിക്കുന്നു.''

ഇരുപത്തിയൊന്നു ദിവസത്തേക്ക്. വ്യക്തികൾ നിലവിൽ എവിടെയാണോ അവിടെത്തന്നെ ആയിരിക്കണം. ജില്ല വിട്ടുള്ള യാത്രകൾ അനുവദനീയമല്ല.

അതുകേട്ട് വിജയരാജനും സീമന്തിനിയും ജിനോയും അമ്പരന്നു നിൽക്കെ അവരുടെ മാസ്കുകൾക്കു പിന്നിൽ നിന്ന് അവരറിയാതെ തന്നെ വെരുകും കാട്ടുപൂച്ചയും കുറുക്കനും പുറത്തു ചാടി. കാട്ടുപൂച്ചയും കുറുക്കനും കൂടി വീടിനുള്ളിൽ തന്നെ ഒളിച്ചും പാത്തും കളിക്കാൻ തുടങ്ങി. വെരുക് അവയ്ക്കിടയിലൂടെ അസ്വസ്ഥനായി പരക്കം പായാനും.

മൃഗശാല

ആ രാത്രിയിൽ വിജയരാജന് ഉറക്കം കിട്ടാൻ വളരെ വൈകി. നീണ്ട ഇരുപത്തിയൊന്നു ദിവസക്കാലം ജിനോയെ വീട്ടിൽ നിർത്തേണ്ടി വരുന്നതിനെക്കുറിച്ചു തന്നെയായിരുന്നു ചിന്ത. അതിരാവിലെത്തന്നെ അവനെ കാറിൽ കയറ്റി അയൽജില്ലയിൽ എവിടെയോ ഉള്ള വീട്ടിൽ കൊണ്ടു തള്ളിയിട്ടു പോന്നാലോ എന്ന് അയാൾ അലോചിച്ചിരുന്നു. പരിചയത്തിലുള്ള സ്ഥലം സർക്കിൾ ഇൻസ്പെക്റ്ററോട് കിടക്കും മുമ്പു തന്നെ ഇക്കാര്യം സംസാരിക്കുകുയും ചെയ്തിരുന്നു. അങ്ങോട്ടു പോകുന്ന കാര്യത്തിൽ വേണമെങ്കിൽ കണ്ണടയ്ക്കാം. അതും ജില്ലാതിർത്തി വരെ. പക്ഷേ, ഇങ്ങോട്ട് വരും

വഴി പെട്ടുപോകാം. പെട്ടാൽ പെട്ടതാണ്. തനിക്ക് ഒന്നും ചെയ്യാനാ വില്ല. 21 ദിവസവും കഴിഞ്ഞിട്ടു പോയാൽ പോരേ? സർക്കിൾ ഇൻ സ്പെക്റ്റർ കൈയൊഴിഞ്ഞു. അതുകൊണ്ടുതന്നെ അത്രയും നാൾ ജിനോ അവിടെ ഉണ്ടാകും എന്ന സത്യം അയാളെ തുറിച്ചു നോക്കി. ശരി.

അങ്ങനെയെങ്കിൽ അങ്ങനെ. അപ്പോൾ ഇനിയങ്ങോട്ട് എങ്ങനെ?

വളരെയധികം ആലോചിച്ച് അയാൾ ഒരു പ്രവർത്തനരേഖ തയ്യാറാക്കി.

നിലവിൽ ജിനോയ്ക്ക് മുകളിലെ മുറിയാണ് കൊടുത്തിരിക്കുന്നത്. അങ്ങോട്ടുള്ള സ്റ്റെയർകെയ്സ് അവസാനിക്കുന്നിടത്ത് ഒരു ഇരുമ്പിന്റെ ഗ്രിൽ വാതിലുണ്ട്. അതു തുറക്കുമ്പോൾ കര-കര ശബ്ദം ഉണ്ടാകും. രാത്രിയിൽ പ്രത്യേകിച്ചും. ആ നിലയ്ക്ക് രാത്രി ഒരാൾ താഴേക്കിറങ്ങിയാലും ഒരാൾ മുകളിലേക്കു ചെന്നാലും വാതിൽ തുറന്നാൽ ശബ്ദം ഉണ്ടായതു തന്നെ. ഒരു കണക്കിനു അതു ഭാഗ്യമായി എന്ന് വിജയരാജൻ പിറുപിറുത്തു.

കിടക്കയിൽ തെല്ലു മാറി സ്വസ്ഥമായി ഉറങ്ങിക്കിടക്കുന്ന സീമന്തിനിയെ നോക്കി. അവളുടെ മുഖത്ത് ഒരു മൃദുമന്ദഹാസം തങ്ങി നിൽക്കുന്നതിലുള്ള അസ്വസ്ഥതയോടെ അയാൾ മുഖം തിരിച്ച് വീണ്ടും തന്റെ ചിന്തയിലേക്കുതന്നെ വന്നു. അടുക്കള സാധനങ്ങൾ പലതും തീർന്നിരിക്കുകയാണെന്നു അവൾ പറഞ്ഞിരുന്നു. അത് ഒരു രണ്ടു മാസത്തേക്ക് ഒരുമിച്ചു വാങ്ങിയേക്കാം. എന്നാലും പോകേണ്ടി വരും. എന്തെങ്കിലുമൊക്കെ അവൾക്കു ഓരോ നേരത്തെ ആവശ്യത്തിനു വാങ്ങാനുണ്ടാവും. പോകുമ്പോൾ അവളേയും കൊണ്ടു പോകാം. ചില അവസരങ്ങളിൽ അവൾക്കു പകരം അവനെയും.

പിന്നെ രാത്രിനേരത്തെ കാര്യമാണ്. അത് നാലഞ്ചു മണിക്കൂറിന്റെ കാര്യമല്ലേയുള്ളൂ. ഉറങ്ങാതിരുന്നാൽ പോരേ? ലേശം കഷ്ടപ്പെട്ടാലും ഈ കാലമെങ്ങനെയെങ്കിലും കഴിച്ചെടുക്കാം.

അപ്രതീക്ഷിതമായി വന്ന ലോക്ക്ഡൗൺ അൽപ്പസമയംകൊണ്ട് അയാളുടെ സ്വസ്ഥത തകർത്തിരിക്കുന്നു. ഒരു ദിവസം പോട്ടെ, ഒരു മണിക്കൂർ എങ്കിലും സമയം തന്നിട്ടാണ് ഈ ഈ പ്രഖ്യാപനം വന്നതെങ്കിൽ അന്നേരത്തിനുള്ളിൽ തന്നെ ആ ചെറുക്കനെ നാടു കടത്താനായേനേ എന്നോർത്ത് അയാൾ സർക്കാറിനെ പല തവണ പല്ലുകൾക്കിടയിലിട്ട് ഞെരിച്ചു പൊടിച്ചു. ആ ട്രാൻസ്പോർട് ബസ് കടന്നു പോകും മുമ്പ് കടപുഴകി വീണതിന് വാകമരത്തെ ശപിച്ചു. പിന്നെയോർത്തപ്പോൾ ഇതിലും വലുത് വരാനിരുന്നത് ഒഴിഞ്ഞു പോയതിൽ സമാധാനം തോന്നി. ഈ നേരത്ത് ഹൈറേഞ്ചിലെ അമ്മിണിയുടെ വീട്ടിൽ ആകേണ്ടിയിരുന്നതല്ലേ. 21 ദിവസം അവിടെ

പെട്ടിരുന്നെങ്കിൽ അതോടെ തീർന്നില്ലേ എല്ലാം. ആ തടവുകാലത്തിനു പകരമായിട്ടായിരിക്കാം ഇത്.

തടവറ-മണിയറ-കൊലയറ എന്ന് അൽപ്പം മുമ്പ് അമ്മ പറഞ്ഞത് മനസ്സിൽ കിടന്നു ചുറ്റിത്തിരിയുകയാണ്. അയാളതിനെ വ്യാഖ്യാനിക്കാൻ ശ്രമിച്ചു. 21 ദിവസത്തേക്ക് തടവറയാകുന്ന അവസ്ഥ അതിനുള്ളിൽതന്നെ മണിയറയിലേക്കു പരിവർത്തിക്കുന്നു. അതു പിന്നെ കൊലയറയാകുന്നു. എന്നു വച്ചാൽ?

തടവറയാകുന്നയാൾക്ക് അത് മണിയറയായി മാറുമെങ്കിൽ ആ മണിയറ കൊലയറയാകുന്നത് ആർക്കാവും?

ഞെട്ടലോടെ വിജയരാജൻ ഇരുളിലേക്കു നോക്കി ഇരുന്നു.

അന്നുതുടങ്ങി വിജയരാജന് ഉറക്കം ഇല്ലാതായി. വെളുപ്പിന് ആറരമണി വരെ അയാൾ ഉമ്മറമുറിയിൽ എന്തെങ്കിലുമൊക്കെ വായിച്ചും വാട്സാപ്പു നോക്കിയും ഇടയ്ക്ക് ശബ്ദം കേട്ടാൽ ഓടി കിടപ്പുമുറിയിൽ ചെന്നുനോക്കിയും സീമന്തിനി സ്വസ്ഥാനത്ത് കിടന്നുറങ്ങുന്നതു കണ്ട് സമാധാനപ്പെട്ടു തിരിച്ചുപോരികയും ചെയ്തു.

പക്ഷേ പകലുകൾ ദുസ്സഹങ്ങളായി. കുളിച്ചു കഴിഞ്ഞാൽ ഉറക്കം വന്നു തൂങ്ങാൻ തുടങ്ങും. ഉച്ചതിരിഞ്ഞാൽ ഒരു നിവൃത്തിയുമില്ല. ഒന്നു കണ്ണടച്ചേ പറ്റൂ. അതിനും വഴി കണ്ടു. ജിനോയ്ക്കു നൽകിയിരിക്കുന്ന മുറിക്കു മുന്നിൽ ചെറിയൊരു തളമുണ്ട്. അതിനു നാലു വശത്തും ജനാലയുണ്ട്. അതിൽ നിന്നിറങ്ങുന്നിടത്തെ ആ ഗ്രിൽ ഡോറിനടുത്തായി പുല്ലുപായ വിരിച്ച് കിടക്കുക. ഡോർ അനങ്ങിയാൽ അറിയാനൊക്കുമല്ലോ.

നല്ല കാറ്റു കിട്ടാനാണ് എന്ന വിശദീകരണം സീമന്തിനിക്കു നൽകിക്കൊണ്ട് വിജയരാജൻ സുഖമായ ഉച്ചയുറക്കം തുടങ്ങി. രാത്രിയിലെ ഉറക്കമിളപ്പ് പ്രശ്നമല്ലാതായി. പക്ഷേ ആ പകലുറക്കം പിന്നെപ്പിന്നെ നീണ്ടുപോകാൻ തുടങ്ങി. എഴുന്നേൽക്കുന്നത് സന്ധ്യ കഴിഞ്ഞും ചിലപ്പോൾ രാത്രി ഏറെ ചെന്നും ഒക്കെയായി. പകലിൽ നിന്നു രാത്രിയിലേക്കും രാത്രിയിൽ നിന്ന് പകലിലേക്കും അയാളുടെ അഗാധനിദ്ര നീണ്ടു പോയി. ഉണർച്ചയുടെ വേളകളിൽ ഇത് ഏതു ദിവസം, ഏത് ആഴ്ച, ഏതു തീയതി എന്നു പോലും അയാൾക്കു തിട്ടമില്ലാതായി.

ഒരു പകൽ എത്രയോ ദിവസങ്ങൾക്കു ശേഷം ഉണർന്ന് മേശപ്പുറത്തു വിളമ്പിവച്ചിരുന്ന തണുത്ത ഭക്ഷണം എടുത്തു കഴിച്ച് അയാൾ ഉമ്മറത്തു വന്നിരുന്നപ്പോൾ ഒരു ബൈക്കിന്റെ ശബ്ദം കേട്ട് തലയുയർത്തി. ജിനോ അത് ഓടിച്ചു കൊണ്ടുവന്നു നിർത്തുന്നു.

പിന്നിൽ നിന്നും മലക്കറികളും മറ്റു വ്യഞ്ജനങ്ങളും നിറച്ച സഞ്ചികളുമായി സീമന്തിനി ഇറങ്ങി അകത്തേക്കു പോകുന്നു.

മറ്റൊരിക്കൽ അയാൾ ഉറക്കത്തിൽ നിന്നുണർന്ന് താഴെ വരുമ്പോൾ ജിനോയും സീമിന്തിനിയും കൂടി റമ്മി കളിക്കുന്നു.

പിന്നീടൊരിക്കൽ അവരെ രണ്ടുപേരേയും പുരയിടത്തിന്റെ അങ്ങേ മൂലയിൽ കണ്ടു. വിറകടുപ്പിലെ എരിയുന്ന തീക്കുണ്ഡത്തിനു മേൽ ഒരു കോഴിയെ നെടുകെ പിളർത്തി മസാലയും മറ്റും തള്ളിത്തിരുകി നിറച്ചത് കമ്പിയിൽ കോർത്ത് ജിനോ പൊള്ളിക്കുകയും സീമന്തിനി ചിത്രീകരിക്കുന്ന വീഡിയോയിൽ നോക്കി വിവരണം നൽകുകയും ചെയ്യുന്നു.

ഉറക്കത്തിന്റെ ഇടവേളകളിലെ ഈ കാഴ്ചകളെക്കുറിച്ച് സീമന്തിനിയോടു ചോദിക്കണമെന്നു കരുതുമ്പോഴേക്കും അയാൾ അടുത്ത ഉറക്കത്തിലേക്കു വഴുതിയിറങ്ങിയിട്ടുണ്ടാകും. വന്നു വന്ന് രാത്രിയെന്നോ പകലെന്നോ നിശ്ചയമില്ലാതായതിനാൽ പലപ്പോഴും എവിടെയാണോ ഇരിക്കുന്നത് അവിടെ ഇരുന്ന് അയാൾ ഉറങ്ങാൻ തുടങ്ങി. ചിലപ്പോൾ രാവിലെ കുടിച്ച ചായ ഗ്ലാസ്സ് , ഉച്ചയ്ക്ക് കഴിച്ചുകൊണ്ടിരുന്നതിൽ നിന്നൊരു ചോറുരുള, വൈകിട്ട് പാതി കടിച്ച പലഹാരം ഇവയിലേതെങ്കിലും കയ്യിൽ പിടിച്ചായിരിക്കും ഉറക്കം.

അതിനിടെ ഒരു ദിവസം അയാൾക്കു തോന്നി അയാളുടെ അമ്മ കദ്രു അമ്മായി മരിച്ചുപോയെന്ന്. ഉറക്കത്തിൽ നിന്നു ഞെട്ടി ഉണർന്ന അയാൾ ശരിക്കു തുറക്കാൻ പറ്റാത്ത പുളിക്കുന്ന കണ്ണുകളുമായി മുന്നോട്ടു നീങ്ങി ചെന്നു കയറിയത് സ്വന്തം മുറിയിലാണ്.

മങ്ങിയ വെട്ടത്തിൽ കിടക്കയിൽ ഒരു ജന്തുവിനെ കണ്ടു. അതിനു നാലു കൈകളും നാലു കാലുകളും രണ്ടു തലകളും ഉണ്ട്. എന്നാൽ ഒരൊറ്റ ഉടലേ ഉള്ളൂ. അതാകട്ടെ നഗ്നവുമാണ്. അതു കിടന്നുരുളുന്നു. അമറുന്നു. മുക്രയിടുന്നു.

ഒരു മന്ദനെപോലെ തെല്ലു നേരം നോക്കി നിന്ന ശേഷം അയാൾ അമ്മയുടെ മുറി തന്നെ തപ്പിപ്പിടിച്ചു ചെന്നു.

മുറിയിൽ കദ്രു അമ്മായി ലോക്ഡൗൺ തുടങ്ങുന്ന ദിവസം അയാൾ എങ്ങനെയാണോ കണ്ടത് അതേ പടി തുറന്ന കണ്ണുകളോടെതന്നെ ഇരിക്കുന്ന രൂപത്തിൽ കണ്ടു. പെട്ടെന്നുണ്ടായ ഒരുണർച്ചയിൽ അയാൾ പല്ലിറുമ്മിക്കൊണ്ട് പ്രാകി:

''ഇപ്പണ്ടാരത്തള്ള കണ്ണും തുറന്നിരുന്നിട്ട് എന്തു കാര്യം. കാണേണ്ടതൊന്നും കാണുകയുമില്ല. വേണ്ടാത്തതൊക്കെ കാണുകയും ചെയ്യും. ഇതിന് ഒരു അവസാനമില്ലെന്നോ?''

അപ്പോഴും കദ്രു അമ്മായി എന്തോ പിറുപിറുക്കുന്നുണ്ടെന്നു തോന്നി. അയാൾ അവരുടെ മുഖത്തിനു നേർക്കു കാതു ചേർത്തു.

കദ്രു അമ്മായി പെട്ടെന്ന് വിജയരാജന്റെ നേരേ തിരിഞ്ഞു. അതിരൂക്ഷമായി അയാളെ നോക്കി. അവരുടെ കണ്ണുകൾ ബഹിരാകാശത്ത് നിന്ന് തീ പിടിച്ച് താഴേക്ക് വരുന്ന രണ്ടു ഗ്രഹങ്ങൾ പോലെയായി. അവർ അയാളെ നോക്കി തീ തുപ്പി:

''എല്ലായിടത്തും നീയാണ്. നീയാണ് അധിപൻ. നിന്റെ കാൽക്കീഴിൽ നിന്നുയരുന്നത് ലോകമെങ്ങുമുള്ള പാവപ്പെട്ടവരുടെ നെടുവീർപ്പാണ്. അതാകാശത്തേക്ക് ഉയർന്നുകൊണ്ടിരിക്കും. അത് മഹാരോഗങ്ങളായും മഹാമാരിയായും യുദ്ധമായും താഴേക്കു പെയ്യും. അതിൽ മുങ്ങി അപ്പാവങ്ങളൊക്കെത്തന്നെ നരകിക്കും. നീ അപ്പോഴും ചിരിച്ചുകൊണ്ടേയിരിക്കും. നീ എല്ലാം അവസാനിപ്പിക്കും. എന്നാൽ നീ ഒരിക്കലും അവസാനിക്കുകയുമില്ല.''

കദ്രു അമ്മായി പറഞ്ഞു നിർത്തിയതും വിജയരാജന്റെ മുഖത്തേക്ക് കലിയും ചോരയും ഇരച്ചു കയറി. ''ഇന്നത്തോടെ നിങ്ങടെ മുടിഞ്ഞ പ്രവചനം ഞാനവസാനിപ്പിക്കും' എന്ന് അലറിക്കൊണ്ട് അയാൾ അവരുടെ മെലിഞ്ഞ് നേർത്ത് വാഴനാരു പോലുള്ള കഴുത്തിൽ ഇറുക്കിപ്പിടിച്ച് അമർത്തിയമർത്തി ഞെരിച്ചു.

ഒട്ടും ബലം വേണ്ടാത്ത കാര്യമായിരുന്നു അത്. എന്നിട്ടും അയാൾ സ്വന്തം ശക്തിയത്രയും ഇല്ലാതാകുന്നതുവരെ അമർത്തിക്കൊണ്ടിരുന്നു. എത്ര നേരമെന്നറിയില്ല. പിടി വിട്ട് അയാൾ മാറി നിന്നു കിതച്ചു.

കദ്രു അമ്മായി അപ്പോഴും അതേപടി തന്നെ ഇരുന്നു. അവരുടെ തുറന്നിരുന്ന കണ്ണുകൾ മകനെ സഹതാപത്തോടെ നോക്കി. മകൻ അമ്മയുടെ നോട്ടം നേരിടാനാവാതെ തിരിഞ്ഞു നടന്നു .

അപ്പോൾ കദ്രുഅമ്മായി ഇരുന്ന ഇരുപ്പിൽ പൊടിയാൻ തുടങ്ങി. പൊടിഞ്ഞു പൊടിഞ്ഞു താഴേക്കമർന്ന് ഒരു പിടി ചാരമായി. ശേഷം ഇവിടെ ഉണ്ടായിരുന്നു എന്നതിന് യാതൊരു തെളിവും ശേഷിക്കാത്ത വിധം വായുവിൽ കലർന്ന് ജനാലപ്പഴുതിലൂടെ പുറത്തെ ഇരുളിലെ അനാദിയും അനന്തവുമായ ഈർപ്പത്തിന്റെ ഗന്ധത്തിലേക്കു അലിഞ്ഞു ചേർന്നു.

അപ്പോഴേക്കും വിജയരാജൻ തുറന്നു കിടന്ന ഒന്നു രണ്ടു ജനാലകൾ കൂടി അടച്ച് അടുക്കളയിലെ ഗ്യാസ് സിലിണ്ടറുകളുടെ വാൽവുകൾ രണ്ടും തുറന്നിട്ടിരുന്നു.

വീടിനകത്തെ എല്ലാ മുറികളിലും ആ ഹീനമായ ഗന്ധം നിറഞ്ഞു തിങ്ങി നിൽക്കട്ടെ എന്നു കരുതി അയാൾ ഉമ്മറത്തെ സെറ്റിയിൽ

വന്നിരുന്നു. കാര്യങ്ങൾ ഇങ്ങനെയൊക്കെ കലാശിക്കാനിടയാക്കിയ സംഭവഗതികളുടെ തുടക്കമെവിടെ നിന്നാണ് എന്ന് ശാന്തചിത്തനായി അയാൾ ഓർത്തെടുക്കാൻ ശ്രമിച്ചു. ഓർമ്മകളെല്ലാം കൂടി കൂടിക്കുഴഞ്ഞ് നഗരാതിർത്തിയിലെ ആ വലിയ വാകമരമായി മാറി. ഭീമാകാരം പൂണ്ട് പ്രധാന പാതയിലേക്കു ചാഞ്ഞ് ഭീഷണമായി നിൽക്കുന്ന അതിന്റെ ആ പഴയ ചിത്രം കണ്ടപ്പോൾ ഒരു ഉത്തരം കിട്ടിയതിന്റെ സമാധാനം അയാൾക്കുണ്ടായി. അനാദികാലം മുതൽ ലോകമെങ്ങുമുണ്ടായിട്ടുള്ള സർവനാശങ്ങളുടെയും മഹാമാരികളുടെയും മഹായുദ്ധങ്ങളുടെയും ഒക്കെ ഉത്തരവാദിത്വം കൂടി അയാൾ സ്വയം ഏറ്റെടുത്തു. ഞാനാണ്. അതൊക്കെ ചെയ്തത് ഞാൻ തന്നെ. – അപ്പോൾ മനസ്സു തീർത്തും സ്വസ്ഥമായി.

അടുത്ത നിമിഷം അയാൾ തീപ്പെട്ടി ഉരച്ചു.

■

അപ്പൂപ്പൻ കൊന്ന മരം

വീട്ടുമുറ്റത്ത് ഗേറ്റിനു ഇടതുവശത്തായി ഒരു കൊന്നമരമുണ്ട്. വലിയ പ്രായമൊന്നുമില്ല. ഉയരം ഒരു പത്തുപതിനഞ്ച് അടി കാണും. ശിഖരങ്ങൾ കുറവാണ്. പക്ഷേ പൂത്താൽ മുഴുവനായിത്തന്നെ പൂക്കും. ഒരില പോലും കാണാത്ത വിധം.

അപ്പൂപ്പന് കൊന്ന പൂത്താൽ പിന്നെ വേവലാതിയാണ്. നേരത്തേ എങ്ങാനും പൂവിട്ടാൽ തീർന്നു. മൂപ്പരുടെ തിയറി അനുസരിച്ച് ഈ മരം മുറ്റത്തു നിറുത്താൻ കൊള്ളില്ല. അശുഭമാണത്രെ.

കൊന്ന പൂത്തുലഞ്ഞു നിൽക്കുന്നതു കണ്ട് ഒരിക്കൽ അയൽവക്കത്തുള്ള ഗണിത അദ്ധ്യാപിക നിമ്മി റസിഡൻസ് അസോസിയേഷൻ വക വാർത്താ ബുള്ളറ്റിനിൽ ഒരു കവിത എഴുതി. അതു വായിച്ച അപ്പൂപ്പൻ, ഗേറ്റിനു മുന്നിൽ വച്ച് സ്കൂളു വിട്ടു വീട്ടിലേക്കു പോവുകയായിരുന്ന നിമ്മി ടീച്ചറെ കഠിനമായി ശകാരിച്ചു. '

''കൊച്ചേ നീ എന്തു മനസ്സിലാക്കീട്ടാ? നിങ്ങള് കവികള് കൊന്ന ചിരിച്ച് നിക്കുന്നതേ കാണുന്നുള്ളൂ. അതിനടിയിൽ തുള്ളി വെള്ളം കിട്ടാതെ വെന്ത് നീറി മണ്ണ് നിലവിളിക്കുന്നത് കേൾക്കണില്ല. കൊന്ന പൂത്തെങ്കിൽ ഭൂമിക്ക് അത്രേം ഉണക്കായെന്നാ അർത്ഥം. അതിന്റെ സൂചനയാ ഇത്. ഇതു കാണുമ്പഴെനിക്ക് ആനന്ദമല്ല ആധിയാ.''

ടീച്ചർ ഒന്നും പറഞ്ഞില്ല. കുമ്പളത്തു നിന്ന് കെട്ടിക്കേറി വന്ന കാലം തൊട്ടേ അയലത്തെ ഈ അപ്പൂപ്പനെ കാണുന്നതല്ലേ. എന്തിനുമേതിനും സിദ്ധാന്തങ്ങളാണ്. മകന്റെ കല്യാണം ഗുരുദേവന്റെ ആദർശത്തിനനുസരിച്ച് ഏഴോ എട്ടോ പേരെ വച്ച് നടത്താൻ മൂപ്പര് ശ്രമിച്ചതും മകൻ അതു പൊളിച്ച് ഗംഭീരമായിത്തന്നെ നടത്തിയതും കുറേക്കാലം മകനോടും മരുമകളോടും അങ്ങേരു മിണ്ടാതെ അകലം പാലിച്ചതും ഒക്കെ എല്ലാവർക്കും അറിയാവുന്നതല്ലേ.

അല്ലെങ്കിൽ തന്നെ അങ്ങേര് എന്താ ചെയ്യുന്നത്? മുപ്പത്തിയാറു വർഷം കുട്ടികളെ പഠിപ്പിച്ചതിനു സർക്കാറിൽ നിന്നു കിട്ടുന്നതിന്റെ

നല്ലൊരു ഭാഗവും വനം വകുപ്പിന് കൊടുത്തു മുടിപ്പിക്കുന്നു. വീട്ടുകാരുടെയും നാട്ടുകാരുടെയും ആക്ഷേപം അതാണ്. ഓരോ മഴക്കാലത്തിനു മുമ്പും മൂപ്പർ ഒരു കൊല്ലം മുഴുവൻ മിച്ചം വച്ച പണം സർക്കാറിലേക്ക് അടച്ചിട്ടുണ്ടാകും. ഞാറ്റുവേലയ്ക്കു രണ്ടു ദിവസം മുമ്പ് കവലയിലുള്ളവർ കാണും കിഴക്കുനിന്ന് ഒരു പിക്കപ്പ് വാനിൽ ഒരു കാട് അങ്ങനെത്തന്നെ ഉള്ളാന്തിപ്പാലമിറങ്ങി വരുന്നത്.

വട്ട, വെട്ടി, മാവ്, വില്ലൂന്നി, ആര്യവേപ്പ്, തമ്പകം, കരിമരുത്, ചുണ്ണാമ്പു മരം, പ്ലാവ്, ആഞ്ഞിലി, ഇരുള്, കൂവളം, എരച്ചുകെട്ടി, ഇലന്ത, കാഞ്ഞിരം, കാട്ടുകറുവ, ഒരിലത്തീപ്പെട്ടി, ഈട്ടി, ഏഴിലം പാല, കടുക്ക, ചെറുതേക്ക്, ഞാവൽ, താന്നി, മഹാഗണി, അത്തി, അമ്പഴം, ഉങ്ങ്, കരിവെട്ടി, ഇരുമുള്ള്, ഇത്തി, നല്ലമന്ദാരം, ഇലഞ്ഞി, പമ്പവെട്ടി, പുന്ന, മഞ്ചാടി, മട്ടി, രക്തചന്ദനം, ആല്, അശോകം, നെല്ലി, തവിട്ടാൽ, തേക്ക് അങ്ങനെയങ്ങനെ നാട്ടിൽ നിന്നു പോയതും നാട്ടിലേക്കു വരാത്തതും നാട്ടിൽ ഉള്ളതും നാട്ടിൽത്തന്നെ അപൂർവ്വമായതുമായ സകലമാന മരങ്ങളുടെയും തൈകൾ ഇനം തിരിച്ച് എഴുതി കൊടുത്ത് വാങ്ങിച്ചതത്രയും അപ്പൂപ്പൻ വീട്ടിലെത്തിക്കും.

ഞാറ്റുവേല തീരും മുമ്പേ എല്ലാം ഒരു കൈവണ്ടിയിൽ നിറപ്പിച്ച് ശാന്തപ്പനെ കൊണ്ടു വലിപ്പിച്ച് വണ്ടിക്കൊപ്പം നടന്ന് വഴിവക്കിലും പുറമ്പോക്കിലും കാണുന്നിടങ്ങളിലുമൊക്കെ സ്വന്തം കൈ കൊണ്ടു കുഴിച്ച് വച്ച് അടുത്തുള്ള കടക്കാരോടോ വീട്ടുകാരോടോ 'ഇടയ്ക്കിത്തിരി ദാഹജലം ഇതുങ്ങൾക്കും കൊടുത്തേക്കണേ' എന്ന് അപേക്ഷിച്ചു തിരികെപ്പോരും.

അടുത്ത മഴക്കാലത്തിനു മുമ്പ് അതിൽ ഭൂരിഭാഗവും ആടു തിന്നും പശു ചവിട്ടിയും വെള്ളം കിട്ടാതെ ഉണങ്ങിയുമൊക്കെ നശിച്ചു പോകുമെങ്കിലും രക്ഷപ്പെടുന്നത് ആർത്തുപിടിച്ച് അങ്ങു കേറി വളർന്ന് തണൽ വിരിച്ചു നിൽക്കും. അങ്ങനെ കേറിപ്പോകുന്നവയ്ക്കു മാത്രം അപ്പൂപ്പൻ വീണ്ടും ചെന്ന് തുരുമ്പിക്കാത്ത ലോഹപ്പാളിയിൽ എഴുതിയ പേരുകൾ അവയുടെ തടിയിൽ ചേർത്തു ബന്ധിച്ചു വയ്ക്കും.

ഉദാഹരണത്തിന് കച്ചേരിപ്പടിയിൽ നിൽക്കുന്ന ആൽമരം 'ഭാരതാംബ'യാണ്. ജഡ്ജിമുക്കിലെ വലിയ നെല്ലി മരം 'കസ്തൂർബാ ഗാന്ധി'യാണ്. ഗേൾസ് സ്കൂളിനു നേരേ മുന്നിൽ നിൽക്കുന്നു 'മദർ തെരേസ' എന്ന തേൻ വരിക്കപ്ലാവ്. പൊലീസ്റ്റേഷനു തണലേകിക്കൊണ്ട് കഴിഞ്ഞ ഇരുപതു വർഷമായി നിലകൊള്ളുന്നത് 'സർദാർ വല്ലഭായ് പട്ടേൽ' എന്ന മഹാഗണിയാണ്. കമ്യൂണിസ്റ്റ് പാർട്ടി ഓഫീസിനു മുന്നിൽ നിൽക്കുന്ന വലിയ ആര്യവേപ്പ് ആദ്യകാലത്ത് അപ്പൂപ്പൻ വച്ചുപിടിപ്പിച്ചത്-സഖാവ് ഏകെജിയാണ്.

പക്ഷേ, ഇക്കൂട്ടത്തിൽ ഒന്നും കണിക്കൊന്ന മരം ഒരെണ്ണം പോലും കാണുകയില്ല. എന്നല്ല വഴി നടപ്പിൽ അപ്പൂപ്പൻ എങ്ങാനും കൊന്ന ത്തൈ കണ്ടാൽ അപ്പോൾത്തന്നെ അത് കടയോടെ പിഴുതെടുത്ത് അതിന്റെ വേരു ഭാഗം മണ്ണിലിട്ടു ചവിട്ടയരച്ച് ദൂരേക്കു വലിച്ചെറിയും. അതുകൊണ്ടാകും അപ്പൂപ്പനെ വെല്ലുവിളിക്കുന്ന പോലെ ഓരോ വേനൽക്കാലത്തും മൂപ്പർ എങ്ങോട്ടു നോക്കിയാലും കാണാൻപാക ത്തിന് എവിടെയും നിന്ന് കൊന്ന അടിമുടി പൂത്ത് കളയുന്നത്.

ഇത്തവണ അപ്പൂപ്പനെ ശുണ്ഠി പിടിപ്പിച്ചുകൊണ്ട് ഡിസംബ റിലെ മൂന്നാമത്തെ ആഴ്ച കഴിഞ്ഞപ്പോൾ തന്നെ വീട്ടുമുറ്റത്തെ കൊന്ന പൂക്കാൻ തുടങ്ങി. ഒന്നു രണ്ടു പൂക്കൾ കാലം തെറ്റി ഉണ്ടാ യേക്കും പിന്നെ അതങ്ങു പോവേം ചെയ്യുമെന്നാണ് ആദ്യമൊക്കെ അപ്പൂപ്പൻ കരുതിയത്. പക്ഷേ കൊമ്പായ കൊമ്പിലൊക്കെ പച്ചമണി കൾപോലെ പൂമൊട്ടുകൾ ഉണ്ടായിരുന്നത് അപ്പൂപ്പന്റെ തിമിരക്കണ്ണിൽ പെട്ടിരുന്നില്ല.

ഒരു ദിവസം നേരം വെളുത്ത് തട്ടുകടയിലെ പതിവു ചായ കുടി ക്കാൻ പുറത്തേക്കിറങ്ങിയ അപ്പൂപ്പനെ നോക്കി കൊന്ന നിറഞ്ഞു കവിഞ്ഞൊരു ചിരി ചിരിച്ചു. നടുക്കത്തോടെ അതിനെ നോക്കി നിന്ന അപ്പൂപ്പന്റെ മുഖത്ത് ദേഷ്യവും സങ്കടവും ഇരച്ചുകയറി. ആന്ത ലോടെ അപ്പൂപ്പൻ കൊന്നയുടെ കടയ്ക്കലേക്കു നോക്കി.

‘‘ഹൊ, മണ്ണെത്രമാത്രം ചുട്ടു പഴുത്തു കാണും.’’

എന്നാൽ, നിർമാല്യം തൊഴുത് തിരികെ എത്തിയ അമ്മൂമ്മ അടി മുടി പൂത്തു നിൽക്കുന്ന കൊന്നയെ നോക്കി സന്തോഷത്തോടെ ഒന്നു തൊഴുതിട്ട് പരിഭവം പറഞ്ഞു.

‘‘സംഗതിയൊക്കെ കൊള്ളാം. പക്ഷേ, ഇപ്പഴേ പൂത്താൽ പിന്നെ കണി കാണാൻ എന്തു ചെയ്യും?’’

‘‘കണി! കെണിയാ കെണി?’’

അപ്പൂപ്പൻ അമ്മൂമ്മയെ നോക്കി പല്ലിറുമ്മി.

‘‘നിങ്ങൾക്കെന്തിന്റെ ദണ്ണമാ? സംസ്ഥാനത്തിന്റെ പൂവാ ഇത്. എല്ലാവരും ഇതില് ഐശ്വര്യം കാണുമ്പോ ഇങ്ങേര് ഒരാൾക്കു മാത്രം ദുരന്തം.’’

‘‘‘എടീ കുംഭ വറുതി കഴിഞ്ഞ് മീനം-മേടമാസക്കാലത്ത് പൂക്കേണ്ട സാധനം ഈ ഡിസംബർ അവസാനം തന്നെ പൂത്തെങ്കിൽ എന്താ മനസ്സിലാക്കണ്ടേ. ഭൂമീടെ അകോം പൊറോം ഇപ്പഴേ ഉരുകുന്നു എന്നാ. എന്നുവച്ചാ കൊടുംവേനലാ വരാൻ പോകുന്നതെന്ന്. അന്റാർട്ടിക്കേല് മഞ്ഞുരുകിയിറങ്ങും. അതനുസരിച്ച് വർഷോം

കൂടും. വെള്ളപ്പൊക്കോം സകലമാന സാംക്രമിക രോഗങ്ങളും വരും. ങ്ഹാ.''

''ഹ, ഇതെന്തു പാടാ. അതിനു പൂക്കാൻ തോന്നിയാപ്പിന്നെ പൂക്കാതിരിക്കാനൊക്കോ? അതു തന്നേമല്ലാ, ഇക്കണ്ട മനുഷര് മുഴുവനും മേടപ്പിറവിക്ക് കണി കാണുന്നതാ. അതിനെ ഇങ്ങനെ യൊക്കെ പറഞ്ഞാലുണ്ടല്ലോ ദൈവദോഷം കിട്ടും.''

''ഭൂമീടെ ഉള്ളു വരണ്ടാ ഭൂകമ്പം വരെ പ്രതീക്ഷിക്കാം. അതി നൊക്കെയുള്ള സാധ്യതയുടെ സൂചനയാ ഇതു പൂത്തു നിക്കുമ്പോ പിടികിട്ടേണ്ടത്. അല്ലാതെ ഇതിനെ തൊഴുതു പിടിച്ചു നിന്നാ ദുരന്ത ങ്ങൾ ഒഴിഞ്ഞുപോകില്ല.''

''അതിനീ മരമെന്തു പിഴച്ചു മനുഷ്യാ?''

(ശരിയാണ്. മരമെന്തു പിഴച്ചു? യൂക്കാലിപ്റ്റസ്, മാഞ്ചിയം, അക്കേഷ്യാ, എന്തിന് നാണ്യവിളയായ റബ്ബർ വരെ ഭൂഗർഭജലം ഊറ്റിയെടുത്താണ് വളരുന്നത്. കൊന്ന വെള്ളം വലിക്കുമെന്നു പറ യാനാവില്ല. മുരിങ്ങയെ പോലെ കൊന്നയ്ക്കു വെള്ളമേ വേണ്ട. വെള്ളമില്ലാത്ത ഒരു ലോകത്തു നിന്നുമാണ് അതിന്റെ പൂക്കൾ വിട രുന്നത്. മൂന്നു പതിറ്റാണ്ടോളം യു.പി. സ്കൂളിൽ പഠിപ്പിച്ചവൻ എന്ന നിലയ്ക്ക് അതൊക്കെ അറിയാം. പക്ഷേ, പൂത്തു നിൽക്കുന്ന കൊന്ന കാണുമ്പോൾ, മനുഷ്യർ ഭൂമിയെ ഉണക്കി ചുടലപ്പറമ്പാക്കുന്നതിന്റെ അത്യാഹ്ലാദം പ്രകടിപ്പിക്കുകയാണെന്നും വിനാശകാരിയായ മനു ഷ്യന്റെ പ്രതീകമാണെന്നും ഒക്കെയങ്ങു തോന്നിപ്പോകും. പിന്നെ ആകപ്പാടെ ഒരു എരിഞ്ഞു കേറ്റമാണ്. വെട്ടിക്കണ്ടിച്ചു ദൂരെ എറി യാനാ തോന്നുക. -അല്ല, ഇവളെപ്പോലെ യുക്തിബോധമില്ലാത്തവരോടു ഇതൊന്നും പറഞ്ഞിട്ടു കാര്യോമില്ല.)

അപ്പൂപ്പൻ തെല്ലിട മൗനത്തിലൂടെ പ്രതിരോധത്തിലേക്കു പോയതു മുതലാക്കി എന്തൊക്കെയോ വിളിച്ചു പറഞ്ഞ് വീടിന്റെ ചവിട്ടുകല്ലിനു നേർക്കു നടക്കുന്നതിനിടയിൽ അമ്മൂമ്മ പറഞ്ഞവസാനിപ്പിച്ചു:

''അല്ലാ, ഇനി അന്റാർട്ടിക്കേ മഞ്ഞുരുകുന്നത് ഈ പുരേടത്തിലെ കൊന്ന പൂത്തോണ്ടാണേ അങ്ങു വെട്ടിക്കളഞ്ഞേരപ്പാ.''

എന്തോ ആലോചിച്ചുറപ്പിച്ച് അപ്പൂപ്പൻ പിറുപിറുത്തു:

''അതിനു തന്നെയാ പോകുന്നത്.''

'''ഹെന്താ പറഞ്ഞേ. ങ്ഹേ?'' അമ്മൂമ്മ ഉറഞ്ഞു തുള്ളി. ''വെട്ടാനോ? വെട്ടാനെങ്ങാനും വന്നാൽ, നിങ്ങടെ ആദ്യത്തെ വെട്ടു കൊള്ളുന്നത് ഞാനായിരിക്കും. എന്റെ ചോര ഇതിന്റെ ചോട്ടില് വീഴും. അതു കുടിച്ച് നിങ്ങടെ ഭൂമിടെ ദാഹം തീരണേ തീരട്ടെ.''

അപ്പൂപ്പൻ പിന്നെയൊന്നും പറഞ്ഞില്ല. പിന്നെയും എന്തോ അരിശമടക്കാനാവാതെ പറയാൻ മുന്നോട്ടാഞ്ഞ അമ്മൂമ്മയെ മകന്റെ ഭാര്യ വന്ന് അനുനയിപ്പിച്ച് അകത്തേക്കു കൊണ്ടു പോയി.

''അമ്മ വെറുതേ അയൽവക്കത്തുള്ളവരെ ചിരിപ്പിക്കാതെ. അപ്പൂപ്പന്റെ സ്വഭാവം അമ്മയ്ക്കറിയാത്തതാണോ?''

ഒന്നടങ്ങിക്കഴിഞ്ഞിട്ട് അമ്മൂമ്മ പറഞ്ഞു.

''മോനോട് ശട്ടം കെട്ടിയിരിക്ക്യാ വെട്ടുകാരനെ വിളിച്ച് അത് വെട്ടിക്കാൻ. നീ അവനോട് പറയണം ആളേം വിളിച്ചു കൊണ്ടെങ്ങാനും വന്നാ ഞാനതിന്റെ കൊമ്പേ തൂങ്ങുമെന്ന്.''

ഹോംവർക്കു ചെയ്തു കൊണ്ടിരുന്ന കൊച്ചുമകൻ പറഞ്ഞു.

''ഡെയ്‌ലീ തൂങ്ങ് അമ്മൂമ്മേ... പൊക്കം വെക്കും.''

''ഉണ്ണിക്കണ്ണാ... ങാ...''

മരുമകൾ അവനെ ശാസിച്ചിട്ട് അമ്മൂമ്മയെ ആശ്വസിപ്പിച്ചു.

''അമ്മേന്തിനാ വെഷമിക്കണേ. ഏട്ടനോട് അച്ഛൻ അങ്ങനെ പറഞ്ഞിട്ടുണ്ടെന്നു കരുതി ഏട്ടനിപ്പൊ അതിനാ നേരം? നന്നായി.''

ശരിയാണ്. അവളുടെ ഏട്ടന് അതിനല്ല നേരം.

(പാർട്ടിയിൽ ഒരുവനുണ്ട്. തരം കിട്ടിയാൽ കുതികാൽ വെട്ടും. അവനെ ഇനിയും വിളയാൻ വിട്ടാൽ ഇത്രയും കാലം ജയ് വിളിച്ചു നടന്നതു വെറുതെയാകും. അവനു ജയ് വിളിക്കേണ്ടി വരും. നോക്കി വച്ചിരിക്കുകയാണ്. സമയവും സ്ഥലവും ഒത്തുവരുന്നില്ല. ഒത്തു വന്നാൽ ഏതു നിമിഷവും അവന്റെ കട ചേർത്ത് ഒറ്റ വെട്ടാണ്. പിന്നെ കയ്യും കാലും ഒന്നൊന്നായി വെട്ടി നീക്കി തടി കൊത്തി നുറുക്കി കുഴിച്ചു മൂടും. അതിനുള്ള ഫുൾ ഡീലും നടത്തിക്കഴിഞ്ഞിരിക്കുന്നു. നാലു പേർ അവനെ അവനറിയാതെ ഫോളോ ചെയ്യുന്നുണ്ട്. രണ്ടാഴ്ചയ്ക്കുള്ളിൽ എപ്പോൾ വേണമെങ്കിലും ടാർജറ്റ് ചാലാകും. പക്ഷേ, അതുവരെ ടെൻഷനാണ്. വല്ലോണം ഓപ്പറേഷൻ സക്സസ് ആയാൽ വരുന്ന നഗരസഭാ തെരഞ്ഞെടുപ്പിൽ ഈ വാർഡിൽ– അതും നായരീഴവ വോട്ടുകൾ നിർണ്ണായകമായ ഈ വാർഡിൽ – സ്ഥാനാർത്ഥിയാണ്. പിന്നെ കോളല്ലേ!. കഴിഞ്ഞതിനു മുമ്പത്തെ നഗരസഭയിൽ അഞ്ചു കൊല്ലം മെമ്പറായിരുന്ന, ഉടുതുണിക്കു മറുതുണിയില്ലാതിരുന്ന ലവൻ പിറ്റേത്തവണ മത്സരിക്കാതെ സീ ഫുഡ് ബിസിനസ്സു തുടങ്ങി. മറ്റേ അവൻ – ചമ്മന്തി തൊട്ട് കൂട്ടി കഞ്ഞി കുടിച്ചു കഴിഞ്ഞിരുന്നവനാണ് – അഞ്ചു കൊല്ലം ജനത്തെ സേവിച്ചു കഴിഞ്ഞ ക്ഷീണം തീർക്കാൻ കടപ്പുറത്ത് മൂന്ന് റിസോർട്ട് പണിതു. ഹതാണ്. ഹല്ലാതെ പിന്നെ വൈസ് ചെയർമാനായിരുന്ന ആ ടീച്ചറേയും

ആദർശവാനായ ആ കൊടി മൂത്ത നേതാവിനെയും പോലെ അഞ്ചു കൊല്ലമിരുന്നിട്ടും കാൽക്കാശുണ്ടാക്കാതെ സംശുദ്ധമായ സേവനത്തിന്റെ സൽപ്പേരു സമ്പാദിച്ചിട്ട് എന്തു കാര്യം! അതുകൊണ്ട് ഒരു കാരണവശാലും ഒരു മാസമായി തുടരുന്ന ഈ ഓപ്പറേഷൻ പൊളിയരുത്. അതിന് രാപ്പകൽ നേരാംവണ്ണം ഉണ്ണാതെ ഉറങ്ങാതെ എരിപൊരിക്കൊള്ളുമ്പോളാണ് അച്ഛന്റെ ഒരു കൊന്ന മരം വെട്ട്!)

മകൻ ഓരോ ദിവസവും ഓരോ ഒഴിവുകഴിവു പറഞ്ഞും അച്ഛന്റെ മുന്നിൽ യഥാർഥത്തിൽ ഉള്ളതിനേക്കാളും തിരക്ക് അഭിനയിച്ചും കൊന്നമരത്തെ വെട്ടിക്കൊല്ലുന്നതിൽ നിന്നും ഒഴിഞ്ഞുമാറി.

നാട്ടിലെ പൊതുകാര്യങ്ങളിലൊക്കെ സജീവമായി പങ്കെടുക്കുകയും ഇടപെടുകയും ചെയ്യുന്ന അവൻ പോലും താൻ പറയുന്നതിലെ സാമൂഹ്യതാൽപ്പര്യം ഉൾക്കൊള്ളുന്നില്ലല്ലോ എന്നോർത്ത് അപ്പൂപ്പൻ കുണ്ഠിതപ്പെട്ടു.

രാത്രി തീരെ ഉറക്കം കിട്ടാതെ അപ്പൂപ്പൻ തിരിഞ്ഞു മറിഞ്ഞു കിടന്നു. ഇത്തവണ കൊടുംവേനൽ ഉണ്ടാകും. അതിവർഷമുണ്ടാകും പ്രളയവും വന്നേക്കാം. എല്ലാറ്റിനുമുള്ള സൂചനയായി നിൽക്കുന്ന കൊന്നമരത്തെ സ്വപ്നത്തിൽ പോലും കാണരുതേ എന്ന് അപ്പൂപ്പൻ പ്രാർത്ഥിച്ചു. പക്ഷേ, കണ്ണടച്ചാൽ തലയിൽ ചുടലത്തീ താങ്ങിക്കൊണ്ട് അതാ, ഒരു കൊന്നമരം തന്റെ നേർക്ക് ഓടിവരുന്നു.

മകൻ ഫോൺ ചെവിയിൽ നിന്നെടുക്കാതെ ഓപ്പറേഷൻ സംബന്ധിച്ച് ലേറ്റസ്റ്റ് വിവരങ്ങൾക്ക് കാതോർത്തും നിർദ്ദേശങ്ങൾ കൊടുത്തും ഹാളിൽ ചുറ്റിത്തിരിയുന്നു.

മരുമകൾ പകലത്രയും തുണിയലക്കിയും എല്ലാവർക്കും വച്ചു വിളമ്പിയും എല്ലാവരും ഭക്ഷണം കഴിച്ച പാത്രങ്ങൾ കഴുകിക്കമഴ്ത്തിയും അടുക്കള തൂത്തു തുടച്ച് വൃത്തിയാക്കിയും തളർന്ന് വന്ന് കിടന്ന് അന്തംവിട്ടുള്ളൊരു ഉറക്കത്തിലേക്ക് ആണ്ടിറങ്ങുന്നു.

കൊച്ചുമകൻ അമ്മൂമ്മയുടെ പുതപ്പിനുള്ളിൽ അമ്മൂമ്മ പുരട്ടുന്ന കർപ്പൂരാദി കുഴമ്പിന്റെ മണം ആവോളം മൂക്കിലേക്കു വലിച്ചു കയറ്റി അമ്മൂമ്മയോടു ചേർന്നു കിടന്ന് കൊന്നമരത്തിന്റെ കഥ കേൾക്കുന്നു.

അപ്പുറത്തെ മുറിയിൽ ഉറങ്ങാതെ കിടക്കുന്ന അപ്പൂപ്പൻ കേൾക്കാൻ വേണ്ടിത്തന്നെ കൊന്നമരത്തിന് ചീത്തപ്പേരു കൊടുത്ത ആ സംഭവത്തെക്കുറിച്ച് അമ്മൂമ്മ അവനോടു പറയുകയാണ്. ത്രേതായുഗത്തിൽ സുഗ്രീവന്റെ സഹോദരനായ ബാലിയെ ശ്രീരാമചന്ദ്രൻ കൊന്നത് ഒരു മരത്തിന്റെ മറവിൽ നിന്നാണെന്നും എന്നാൽ ശ്രീരാമനെ ആരും കാണാതിരുന്നതുകൊണ്ട് ബാലിയെ കൊന്ന ഉത്തരവാദിത്വം

മരത്തിനു കിട്ടിയെന്നും അങ്ങനെ ബാലിയെ കൊന്ന മരം പിന്നീട് കൊന്നമരമായെന്നും ശേഷം കലിയുഗത്തിൽ കൃഷ്ണഭഗവാൻ അനുഗ്രഹിച്ചപ്പോൾ നിറയെ പൊൻമണികളുമായി ഇന്നത്തെപ്പോലെ പൂത്തു നിന്ന് നമ്മുടെയൊക്കെ സ്നേഹവും സന്തോഷവും നേടാനായെന്നും അതു മുതൽ നാടാകെ അഭിവൃദ്ധിയും ഐശ്വര്യവും അരുളാൻ കൊന്നമരത്തിന് ആവുന്നു എന്നും അമ്മൂമ്മ പറഞ്ഞു നിർത്തിയതും അവൻ ചോദിച്ചു:

''അപ്പോ, കൊല്ലാൻ ഹെൽപ്പു ചെയ്താലും ഗോഡ് സേവ് ചെയ്താ രക്ഷപ്പെടാംല്ലേ?''

അപ്പുറത്തെ മുറിയിൽ അപ്പൂപ്പൻ അതു കേട്ടു ചിരിച്ചു. അമ്മൂമ്മ ചെറുമകന്റെ തുടയിൽ ചെറുതായി നുള്ളിക്കൊണ്ട് മിണ്ടാതെ കിടന്നുറങ്ങാൻ പറഞ്ഞ് തിരിഞ്ഞു കിടന്നു.

ജനുവരി രണ്ടാം വാരമായി. വേനൽ കനത്തു. വിടിന്റെ പുരയിടത്തിലും പരിസരത്തുമുള്ള പുല്ലുകൾ ഒക്കെ കരിഞ്ഞുണങ്ങി. തെങ്ങോലകൾ വരെ പഴുത്തുണങ്ങി തൂങ്ങിക്കിടന്നു. കാക്കകൾ ഏതോ പൂർവജന്മ സ്മരണയിൽ ഓരോ വീടുകളുടെയും പിന്നാമ്പുറങ്ങളിൽ ഒരിറ്റുവെള്ളത്തിനായി കിണറ്റുകരകളും അലക്കുകല്ലുകളും പാത്രം തേച്ചു കഴുകുന്ന വാഴച്ചുവടുകളും ഒക്കെ തിരഞ്ഞ്, പൊരിവെയിലിൽ നിന്ന് പറന്നു കേറാൻ തണലേതും കിട്ടാതെ തളർന്ന് അറിയാതെയോ, ഒരുപക്ഷേ അറിഞ്ഞു തന്നെയോ ഇലക്ട്രിക് കമ്പികളിൽ ചെന്നു തട്ടി കരിഞ്ഞുണങ്ങി തൂങ്ങിക്കിടന്നു. ദിവസവും ഒരു ചെറുപക്ഷിയെങ്കിലും പുരയിടത്തിന്റെ മൂലയിലും മറ്റും വീണ് ചത്തുമലച്ചു. അപ്പൂപ്പൻ മൺചിരാതിലും ചിരട്ടയിലും ഒക്കെ വെള്ളം അവിടവിടെയായി വച്ചു കൊടുത്തെങ്കിലും അവ ഒന്നു വന്ന് മൊത്തിയതല്ലാതെ രണ്ടാമതു വന്നില്ല. അതിനകം സൂര്യൻ ആ വെള്ളമാകെ തിളപ്പിച്ചിരുന്നു.

ഏറ്റവും ചൂടു കൂടിയ ഒരു രാത്രി പറമ്പിന്റെ അങ്ങേയറ്റത്തെ വറ്റി വരണ്ട കുളത്തിൻ കരയിൽ ഇരുട്ടു പിടിച്ച പോലെ നിന്ന മുളങ്കാടു നിന്നനിൽപ്പിൽ കത്തി. അതിവേഗം കത്തിയാളി അത് ഒരൊറ്റ രാത്രി കൊണ്ടു തന്നെ ചാരമായി. തീ പടർന്ന് പുരയിടമാകെ കത്തിയെരിഞ്ഞ് വീടും വീടിനകത്തുള്ളവരും വെന്ത് കരിക്കട്ടകളായി തീരുമെന്ന് അപ്പൂപ്പൻ ഭയന്നു.

നേരം വെളുത്തപ്പോൾ നീല നിറമുള്ള പുക ആ മുളങ്കാടിന്റെ കൊടുംചാരത്തിൽ നിന്നുയർന്ന് വരണ്ട ആകാശത്തേക്കുയരുന്നുണ്ടായിരുന്നു. കൊന്നമരമാകട്ടെ എല്ലാം കണ്ടും എല്ലാം അറിഞ്ഞും പൂത്തുലഞ്ഞു നിന്നു. വെയിലു തിന്ന് അതിന്റെ പൂമൊട്ടുകൾ

കൂടുതൽ മുഴുപ്പോടെ തെഴുത്തു നിൽക്കുന്നതും കൂടി കണ്ടതോടെ അപ്പൂപ്പനു സമനില തെറ്റി. വിനാശം വിളംബരം ചെയ്യുന്ന ഈ മരം ഉഷ്ണകാലവും അതിന്റെ ദുരിതങ്ങളും കണ്ട്, മഹാപ്രളയവും അതിന്റ ദുരന്തവും കണ്ട് വീണ്ടും അടുത്ത വർഷം ഭൂമിയുടെ ഉള്ളറ കളിൽ നിന്നും തീ വലിച്ചെടുത്ത് അഗ്നിപുഷ്പങ്ങൾ വിരിയിച്ചു നിൽക്കും. അപ്പൂപ്പൻ ഉറപ്പിച്ചു:

''ഇതിങ്ങനെ വിട്ടാൽ പറ്റില്ല. ''

''ഇതിങ്ങനെ വിട്ടാൽ പറ്റില്ല.'' മകൻ ഫോണിൽ താൻ ജോലി ഏൽപ്പിച്ചിരിക്കുന്നവരോടു പറഞ്ഞു.

''അവനെ അവന്റെ സൗകര്യം നോക്കി നടന്ന് വെട്ടി വീഴ്ത്താമെന്നു വച്ചാൽ നടക്കില്ല. സീറ്റും കൊണ്ട് അവൻ പോകും. നാളെ - നാളെത്തന്നെ നിങ്ങളതു ചെയ്തില്ലെങ്കിൽ തരുന്നതു വാങ്ങി പൊക്കോണം. ഞാൻ വേറേ ടീമിനെ ഏൽപ്പിച്ചുകൊള്ളാം.''

പിറ്റേന്ന് നേരം വെളുത്തു. അപ്പൂപ്പന്റെ ഭാഗ്യം. അമ്മൂമ്മ ഇത്ത വണ മരുമകളെയും കൂട്ടിക്കൊണ്ട് സപ്താഹത്തിനു പോയി. എന്നും കൂടെ പോകാറുള്ള അയൽവക്കത്തെ ഒരു വല്യമ്മ കഴുതപ്പനി പിടിച്ച് കിടപ്പിലാണ്. കഴുതപ്പനി വളരെ സൂക്ഷിക്കണം. തുടക്ക ത്തിൽ തന്നെ മാറ്റിയെടുക്കാതെ അലസത കാണിച്ചാൽ പെട്ടെന്ന് മൂർച്ഛിച്ച് നാലു കാലിൽ നിന്ന് കഴുതയെപോലെ പാട്ടു പാടിക്കൊണ്ടിരിക്കും.

അതൊക്കെ പറഞ്ഞ് അമ്മൂമ്മ മരുമകളെയും കൂട്ടി പൊയ്ക്കഴി ഞ്ഞപാടെ, അപ്പൂപ്പൻ നേരത്തേ പറഞ്ഞ് ശട്ടം കെട്ടിയിരുന്ന വെട്ടു കാരൻ എത്തി. അകത്ത് ഫോണിൽ സംസാരിച്ചുകൊണ്ടിരിക്കുന്ന മകൻ കേൾക്കാതെ അപ്പൂപ്പൻ വെട്ടുകാരനോട് മഴു എടുത്തില്ലേ എന്നു ചോദിച്ചപ്പോൾ അയാൾ അതു കേൾക്കാത്ത മട്ടിൽ നിസ്സാര വസ്തുവിനെ എന്ന പോലെ അപ്പൂപ്പനെ ഒന്നു നോക്കി സൈക്കി ളിനു പിന്നിൽ നിന്നും ഒരു വണ്ണക്കയറും ഒരു യന്ത്രവാളും എടുത്തു. പൂത്തുനിൽക്കുന്ന കൊന്നമരത്തെ അലസമായിട്ടൊന്നു നോക്കിയിട്ട് വെട്ടുകാരൻ വണ്ണക്കയർ അതിൽ കെട്ടി അതിന്റെ അറ്റം തെല്ലുമാറി യുള്ള ഒരു തെങ്ങിൽ ചുറ്റി ഒരു കെട്ടിട്ട് വലിച്ചുകെട്ടി.

ഉള്ളില്ലാത്ത മരമായതുകൊണ്ട് വാൾ ആയാസമേതുമില്ലാതെ അതിന്റെ തടിയിലേക്ക് കയറി. യന്ത്രത്തിന്റെ ശബ്ദം കേട്ട് മകൻ അകത്തു നിന്നു വന്നേക്കാമെന്നും അവൻ പക്ഷേ ഒന്നും പറയാ നിടയില്ലെന്നും അവൻ മറ്റെന്തോ തിരക്കിലായതുകൊണ്ട് താൻ തന്നെ ഇത് ചെയ്യിക്കുന്നത് ഒരാശ്വാസമായേ കരുതൂ എന്നും അപ്പൂ പ്പൻ വിചാരിച്ചു.

അതുപോലെത്തന്നെ അകത്ത് മകൻ ആകാംക്ഷയോടെ ഫോൺ ചെവിയോടു ചേർത്ത് എന്തോ ആരോടോ ചോദിച്ചുകൊണ്ടിരിക്കുകയാണ്. ഫോണിൽ കൂടി വ്യക്തമാകാത്ത വിധത്തിൽ എന്തൊക്കയോ ശബ്ദങ്ങൾ ഇരച്ചുവന്ന് അവന്റെ കാതിലേക്കു കയറുമ്പോൾ മുറ്റത്ത് ആ മരം കൊല്ലപ്പെട്ടു കഴിഞ്ഞു.

നിന്ന നിൽപ്പിൽ അത് ഒന്നിടറി ആറേഴു വർഷങ്ങളായി പൂത്തുലഞ്ഞ് പലർക്കും വിഷുവിന് കണിയായും കാഴ്ചയായും നിന്ന ആ പരിസരത്തെയാകെ ഒന്നു വിഷാദപൂർവം നോക്കിയിട്ട് തെല്ലും ശബ്ദമില്ലാതെ ചരിഞ്ഞു വീണത് പെട്ടെന്ന് ഒഴിഞ്ഞുമാറാൻ പറ്റാതിരുന്ന അപ്പൂപ്പന്റെ മുതുകിലേക്കാണ്.

കൊന്നമരത്തോടൊപ്പം മണ്ണിലേക്ക് പതിഞ്ഞമർന്നുപോയ അപ്പൂപ്പന്റെ കടവായിൽനിന്ന് കൊഴുത്ത രക്തം ഛർദ്ദിലുപോലെ പുറത്തേക്കു ചാടി. നടുമ്പുറത്ത് കിടക്കുന്ന കൊന്നത്തടിയുടെ കീഴെക്കിടന്ന് അപ്പൂപ്പൻ ഇരുകൈകളും കാലുകളും കൊണ്ട് ഒരു ആമയെപ്പോലെ വൃഥാ തുഴഞ്ഞു. വായിൽ നിന്നു കുമിഞ്ഞ് ഒഴുകുന്ന ചോര ഭൂമിയുടെ ഉള്ളറകളിലെ വരണ്ട അടരുകളിലേക്കാണ്ടിറങ്ങി മണ്ണിന്റെ ദാഹം കെടുത്തുന്നത് അപ്പൂപ്പനറിഞ്ഞു.

കണ്ണുകൾ എന്നേയ്ക്കുമായി തുറന്നിരിക്കും മുമ്പ് അപ്പൂപ്പൻ കേട്ടു- വീടിനകത്തു നിന്നും മകൻ ഫോണിലൂടെ അറിഞ്ഞതെന്തോ ഒന്നുകൂടെ ഉറപ്പിക്കാനെന്നപോലെ ആവേശത്തോടെ ചോദിക്കുന്നു,

‘‘കൊന്നാ? കൊന്നാ?’’

■

അബ്രഹാമായും ജയന്തനായും

ഫുൾസ്റ്റോപ്പിൽ നിന്നു പോയ ആ കഥയിൽ നിന്ന് അയാൾ സ്വതന്ത്ര നായിരിക്കുന്നു. അഥവാ ആ കറുത്ത കുത്ത് കവച്ചു വച്ച് ഇറങ്ങി പ്പോരാൻ അയാൾക്കു കഴിഞ്ഞിരിക്കുന്നു. കഥയിൽ അയാളുടെ പേര് അബ്രഹാം എന്നായിരുന്നു.

തൊഴിൽ നഷ്ടപ്പെട്ടതോടെ അബ്രഹാമിന്റെ ജീവിതം പ്രതിസന്ധി യിലായി. ക്രിസ്ത്യാനിയായ അയാളെ ഇഷ്ടപ്പെട്ട് അഗ്രഹാരം ഉപേ ക്ഷിച്ച് പോന്ന ആനന്ദത്തെയും അവളിലുണ്ടായ കുട്ടികളെയും പോറ്റാൻ വഴിയില്ലാതായി. ബീഫ് വിരോധിയായ ആനന്ദത്തിന്റെ വെറുപ്പും എതിർപ്പും അവഗണിച്ച് അബ്രഹാം ബീഫു കച്ചവടത്തിന് ഇറങ്ങുന്നിടത്താണ് ആ കഥ നിന്നത്. ഇനിയെന്ത് എന്ന് പ്രവചി ക്കാനാവാത്ത ആ അവസാനത്തിൽ ഇക്കഴിഞ്ഞ ആറു വർഷമായി അബ്രഹാമും നിൽക്കുകയായിരുന്നു.

ആ കഥയുടെ കാലത്ത് ബീഫ് നിരോധനം വലിയ ചർച്ചയായി രുന്നതുകൊണ്ടാകും കഥാകൃത്ത് ബീഫ് വിഷയത്തിൽ കൊണ്ടു വന്ന് കഥ നിറുത്തിയത്. എഴുത്തുകാരൻ എന്ന നിലയിൽ അങ്ങനെ സമകാലികനായി എന്ന് അയാൾക്ക് സമാധാനമായിക്കാണും. പ്രാരബ്ധക്കാരനായ അബ്രഹാമിന്റെ പ്രശ്നങ്ങൾ തീർന്നോ ഇല്ലയോ എന്നൊന്നും അയാൾ ആലോചിച്ചു കാണില്ല. രാഷ്ട്രീയക്കാരോ സാമൂഹിക പരിഷ്കർത്താക്കളോ ഭരിക്കുന്നവരോ ആ കഥ വായി ച്ചിരിക്കാനും ഇടയില്ല. പ്രശസ്തിയുടെ വൃത്തം അൽപ്പംകൂടി വിക സിച്ചതിന്റെ ആനന്ദത്തോടെ എഴുത്തുകാരൻ ആ കഥ വിട്ട് അടുത്ത കഥയിലേക്കും അതിനടുത്ത കഥയിലേക്കും പോയി. പിന്നീട് അയാൾ എഴുതിയ കഥകളിലൊന്നും ദരിദ്രന്റെ ജീവിതവുമില്ലായിരുന്നു. ചുരുക്കത്തിൽ അബ്രഹാമിന്റെ പ്രശ്നങ്ങൾ പരിഹൃതമാകാതെ ആ ഫുൾസ്റ്റോപ്പിനകത്തുതന്നെ തിങ്ങിനിറഞ്ഞുനിന്നു.

ഇക്കാലത്തിനിടയിൽ അബ്രഹാമിന് പിന്നീടെന്തു സംഭവിച്ചു

എന്നറിയാൻ യാതൊരു ഉത്സാഹവും കാണിക്കാതെ വായനക്കാരും മറ്റു പല കഥകളിലേക്കും നീങ്ങി.

എന്നാൽ ഇപ്പോൾ ആ എഴുത്തുകാരൻ അബ്രഹാമിലേക്കു തിരിച്ചു വരുന്നു. മറ്റൊരു കഥയിൽ അയാളെ പ്രതിഷ്ഠിക്കാനായി. ഇത് എന്റെത്തന്നെ പഴയ കഥയിലെ അബ്രഹാമാണ്, ഇയാളെ ത്തന്നെയാണ് ഞാൻ പുതിയ കഥയിലേക്ക് എടുക്കുന്നത് എന്നൊന്നും എഴുത്തുകാരൻ ചിന്തിച്ചു കാണില്ല. അയാൾക്ക് മറ്റൊരു ആശയം കിട്ടിയപ്പോൾ, അതിനെക്കുറിച്ച് ആലോചിച്ചു തുടങ്ങിയപ്പോൾ ആ ആലോചനയിൽ ഉണ്ടായ രൂപമാതൃകകൾ അബ്രഹാമിനു നന്നേ ഇണങ്ങി വന്നതാകും.

എന്നാൽ ഭാര്യയ്ക്കും അവൾ പ്രതിനിധാനം ചെയ്യുന്ന വലി യൊരു പരമ്പരാഗത ജനവിഭാഗത്തിനും തെല്ലും യോജിപ്പില്ലാത്ത ബീഫു കച്ചവടം എന്ന പ്രവൃത്തിയിലേക്കിറങ്ങുന്നിടത്ത് നിശ്ചല നായിപ്പോയ അബ്രഹാമിന് പുതിയ കഥയിലേക്കുള്ള പുനർജന്മം പകർന്ന ആവേശം ചെറുതല്ല.

പുതിയ കഥയിലെ ഒരു ഘട്ടത്തിൽ, നഗരത്തിലെ ഒരു ഹോട്ട ലിനു മുന്നിലെ കമ്പിക്കാലിനടുത്ത് സഹദേവൻ എന്നയാളെ കാത്തു നിൽക്കുകയാണിപ്പോൾ അബ്രഹാം. സഹദേവനിലൂടെ പുതിയൊരു ജീവിതം കൈവരുമെന്ന ഒരു പ്രതീക്ഷ അയാളുടെ ഉള്ളിൽ എഴുത്തു കാരൻ തിരി തെളിച്ചു വച്ചിട്ടുണ്ട്. എന്തായാലും ഒരു പുനർജീവിതം കൈവന്നിരിക്കുന്നു എന്നതിലും ഈ ജന്മത്തിൽ തനിക്ക് ജയന്തൻ എന്ന പേരാണ് കിട്ടിയിരിക്കുന്നത് എന്നതിലും അബ്രഹാം വലിയ ആശ്വാസം കണ്ടെത്തുന്നുണ്ട്. അബ്രഹാം എന്ന പേരടക്കം പഴയ ജന്മത്തെ സംബന്ധിച്ചതൊക്കെ അയാൾ മറന്നു കളയാൻ തന്നെ തീരുമാനിച്ചിരുന്നു. പ്രാരബ്ധം പിടിച്ച ജീവിതത്തിൽ നിന്നുമൊരു മാറ്റം ഉണ്ടാവുക എന്നത് ചെറിയ കാര്യമല്ലല്ലോ.

''ശരി... ശരി. ആശ്വസിക്കാൻ വരട്ടെ; ഒന്നു നോക്കിയിട്ടു മതി. എഴുത്തുകാരുടെ കാര്യമാണ്.''

സഹദേവനെ കാത്ത് കാലു കഴച്ചു നിൽക്കുമ്പോൾ അബ്രഹാം എന്ന ജയന്തൻ സ്വയം നിയന്ത്രിച്ചു.

എങ്കിലും ഈ കഥയിലും ഗതികേടുകാരനാവാനാണ് വിധിയെ ങ്കിൽ അതു കഷ്ടം തന്നെയെന്നും ഓരോരോ കാലങ്ങളിൽ ഓരോ കഥകളിൽ ഇതേ വേഷം തന്നെയാണ് കിട്ടിയത് എന്നും ജയന്തൻ ഓർത്തു. പണ്ടൊരു എഴുത്തുകാരന്റെ കഥയിൽ അയാൾ പാവപ്പെട്ട ഒരു സ്കൂൾ വാദ്ധ്യാരായിരുന്നു. ശമ്പളം തരാത്ത മാനേജരും വീട്ടിലെ തീരാത്ത പട്ടിണിയും. വിശപ്പു സഹിക്കാനാകാതെ ഗതികെട്ട്

ക്ലാസ്സിലെ കുട്ടിയുടെ ചോറു കട്ടു തിന്നേണ്ടി വന്നു മാതൃകാ അദ്ധ്യാപകനായ അയാൾക്ക്.

മറ്റൊരു എഴുത്തുകാരന്റെ കഥയിൽ പട്ടിണി സഹിക്കാതെ അയാൾ പുലയത്വം വെടിഞ്ഞ് വെന്തീഞ്ഞ ഇട്ട് ക്രിസ്ത്യാനിയായി. പക്ഷേ കുർബ്ബാനയുടെ നേരത്ത് അകലെയുള്ള കടയിൽ നിന്ന് എന്തെങ്കിലും വാങ്ങാൻ പറഞ്ഞു വിട്ട് ഒരിക്കലും കുർബ്ബാന കൂടാനാവാത്ത വിധം, അഥവാ പള്ളിയിൽ നല്ല നസ്രാണികൾക്കൊപ്പം നിൽക്കാനിട വരാത്തവിധം അച്ചൻ പതിവായിട്ട് അയാളെ പറ്റിച്ചു. ഒടുക്കം അച്ചന് നേരേ വെന്തീഞ്ഞ പൊട്ടിച്ച് വലിച്ചെറിഞ്ഞ് അയാൾ പോന്നു.

പിന്നെയുമൊരു കഥയിൽ അയാൾക്ക് വിശപ്പും അതിനപ്പുറം, പട്ടിണിയിൽ മരിച്ചു പോയ മകളുടെ ഓർമ്മകളും ഉള്ളിലടക്കിക്കൊണ്ട് ബാക്കി വന്നൊരു കല്യാണസദ്യയുടെ വിഭവമത്രയും ഒരു വലിയ കുഴിയിലാക്കി മൂടുക എന്ന ഗതികെട്ട വേല ചെയ്യേണ്ടി വന്നു.

അതിനൊക്കെ പുറമേയാണ് ഈ എഴുത്തുകാരന്റെ കഥയിൽ അയാൾ അബ്രഹാമെന്ന ജീവിക്കാൻ ഗതിയില്ലാത്തവനായതും ഒടുക്കം ജീവിക്കാൻ പോത്തുവെട്ടുകാരനായതും.

പാതയിലൂടെ വലിയ കാറുകൾ പൊയ്ക്കൊണ്ടിരുന്നു. ഹോട്ടലിനു മുന്നിൽ ഭക്ഷണം കഴിക്കാൻ ആളുകൾ പരസ്പരം കൃത്യമായ അകലം പാലിച്ചുകൊണ്ടും മുഖംമൂടി വച്ചും അക്ഷമരായി നിൽക്കുന്നുണ്ട്. മിക്കവരും തന്നെ വിലയേറിയ വസ്ത്രം ആണ് ധരിച്ചിരുന്നത്. അയാൾ തനിക്കു കിട്ടിയിരിക്കുന്ന വസ്ത്രത്തിലേക്കു നോക്കി. അബ്രഹാം ഉൾപ്പെടെ എല്ലാ ദരിദ്രന്മാരുടെയും ദേഹത്തു കാണുന്ന നിറം മങ്ങിയ മുഷിവും ചുളിവും ഉള്ള വേഷം തന്നെ. മുഷിവിന്റെ ഗന്ധവുമുണ്ട്. മാറ്റമില്ലാത്തിടത്ത് നാറ്റമുണ്ടാകും. അതു സ്വാഭാവികമാണ്. ആ നിലയ്ക്ക് ഇതും ഒരു പ്രാരബ്ധക്കാരന്റെ ജീവിതമായിരിക്കും എന്നുറപ്പായി. മിക്കവാറും ഈ മഹാമാരിക്കാലത്ത് നാട്ടുജോലികൾ കുറഞ്ഞതിനാൽ ജീവിതം ഞെരുക്കത്തിലായ ഒരുവനാകാം. കഥയ്ക്കുള്ള വിത്തു കിട്ടാൻ കാലത്തിലേക്കും ലോകത്തിലേക്കും കണ്ണുനട്ടിരിക്കുന്ന ശീലമുള്ള എഴുത്തുകാരിൽ പെട്ടവനായതുകൊണ്ട് നിലവിൽ ആ കഥാകൃത്ത് വീണ്ടും തന്നെപ്പോലുള്ള ഒരു ഇല്ലവല്ലായ്മക്കാരനിലേക്കുതന്നെ തിരിച്ചെത്തിയതിൽ വിശേഷിച്ചൊന്നുമില്ല.

എന്തിനു കേവലമൊരു എഴുത്തുകാരനെ പറയുന്നു- ലോകത്തെ പരമോന്നത എഴുത്തുകാരനായ ദൈവം പോലും തന്നെപ്പോലുള്ളവരെ നിലനിർത്തിപ്പോരുകയാണല്ലോ എന്ന് അയാൾ ഓർത്തു.

യുദ്ധത്തിൽ, ക്ഷാമത്തിൽ, ഭൂകമ്പത്തിൽ, പ്രളയത്തിൽ, സ്ഫോടനത്തിൽ ഒക്കെ ഇല്ലാതായി പോകുന്നത് തന്നെപ്പോലുള്ളവർ തന്നെയാണെന്നും രക്ഷിക്കാൻ ചെറുവിരൽ പോലും അനക്കാത്ത എഴുത്തുകാരൻ എന്ന ദൈവം അഥവാ ചെകുത്താൻ ഇതാ വീണ്ടുമൊരു പട്ടിണിക്കഥയിലേക്കു തന്നെ വഴി നടത്തുകയാണെന്നും ഒക്കെയുള്ള വിചാരങ്ങൾ അബ്രഹാമിൽ നിന്നും പുതിയ കഥയിലെ ജയന്തനിലേക്കു പരിവർത്തനപ്പെടാൻ ഉള്ള ശ്രമത്തിനിടയിലും അയാളെ അലട്ടിക്കൊണ്ടിരുന്നു. അപ്പോൾ–

അതാ, സഹദേവൻ.

കെഎൽ 42 എസ് ആയിരത്തിയൊന്ന് എന്ന നമ്പറുള്ള പുതുപുത്തൻ വമ്പൻ കാറിൽ. കൊള്ളാം നല്ല നമ്പറാണ്. ഭാഗ്യം വരവറിയിക്കുകയാണോ?

സഹദേവന്റെ പത്തു വിരലിലും മോതിരമുണ്ട്. തിളങ്ങുന്ന ഐവറികളറിലുള്ള പട്ടുകുർത്തയും പച്ചക്കരയും ഇളംമഞ്ഞ നിറമുള്ള ഡബിൾ മുണ്ടുമാണ് ധരിച്ചിരുന്നത്. കഥ തുടങ്ങിക്കഴിഞ്ഞിരുന്നതിനാൽ എഴുത്തുകാരന്റെ ഇംഗിതമനുസരിച്ച് പെരുമാറുന്നതിന്റെ ഭാഗമായി ജയന്തൻ സഹദേവൻ പറയുന്നതുപോലെ ഒക്കെ ചെയ്തു.

ആദ്യമായി സഹദേവൻ അയാളെ കാറിലേക്കു നയിച്ചപ്പോൾ ജയന്തൻ അയാളെ പിന്തുടർന്നു. ഇതു ശരിയല്ലെന്ന് ജയന്തന്റെ മനസ്സു പറയുന്നുണ്ടായിരുന്നു. ഒരുമിച്ച് ഒരേ ബഞ്ചിലിരുന്നു പഠിച്ചിരുന്നവനാണ് സഹദേവൻ. ഇന്ന് വലിയൊരു പണച്ചാക്കായിരിക്കുന്നു. എന്നു വച്ച് അവനെ അഥവാ അവനെപ്പോലെ ഉള്ളവരെ ഇപ്പോഴും അനുധാവനം ചെയ്യേണ്ടി വരുന്നത് അപമാനകരം തന്നെയാണ്. പാവപ്പെട്ടവനും അവന്റേതായ ഒരു വില നൽകാൻ ഇപ്പോഴും എഴുത്തുകാർ മടിക്കുന്നതെന്തിന്? ജയന്തൻ നീരസത്തോടെ ഓർത്തു. പണവും സാമൂഹികമായ അംഗികാരവും തന്നെയാണ് മഹത്തായ കാര്യമെന്നത് എഴുത്തുകാരും സമ്മതിച്ചുകൊടുക്കുന്നതിൽ അയാൾക്കു പുച്ഛം തോന്നി.

കാറിന്റെ ഡോർ തുറന്ന് സഹദേവൻ അയാളെ അകത്തേക്കു കയറ്റിയിരുത്തി. എസിയുടെ തണുപ്പ്, ആ വലിയ കാറിലെ എവിടെനിന്നോ ഉയരുന്ന പരിമളം – അരികിൽ സകല സമൃദ്ധിയോടുംകൂടി നിറഞ്ഞിരിക്കുന്ന സഹദേവൻ – ഒക്കെയും നാളിതുവരെ എഴുതപ്പെട്ട എല്ലാ ഇല്ലായ്മ കഥകളിലെയും ഗതിപിടിക്കാത്ത ദരിദ്രനായകനിലേക്കു തന്നെ അനുനിമിഷം താഴ്ത്തിക്കൊണ്ടിരിക്കുകയാണ് എന്ന് ജയന്തൻ അറിഞ്ഞു. അതിൽ നിന്നു കുതറി മാറാൻ മനസ്സുകൊണ്ട് അയാൾ ഒരുങ്ങിക്കൊണ്ടിരിക്കുമ്പോൾ സഹദേവൻ പറഞ്ഞു:

''ജയന്താ, നിന്റെ വിവരങ്ങൾ കൂടുതലായി അന്വേഷിച്ച് അറിഞ്ഞിട്ടുതന്നെയാണ് ഞാനീ കൂടിക്കാഴ്ചയ്ക്ക് എത്തിയത്. എട്ടു മുതൽ പത്തുവരെ ഒരുമിച്ച് ഒരേ ബഞ്ചിലിരുന്നു പഠിച്ചവരാണ് നമ്മൾ. അന്നു നമ്മൾ ഒരേ തരക്കാരാണ്. എന്റെ വീട്ടിലെ സ്ഥിതിയായിരുന്നു പിന്നെയും ഭേദം. ഞാൻ നായരായത് കുറച്ചൊക്കെ എനിക്കു ഗുണം ചെയ്തിരുന്നു. നിന്റെ കാര്യത്തിൽ അങ്ങനെയല്ലാത്തതു വലിയൊരു ഗതികേടു തന്നെയായിരുന്നല്ലോ.''

അതു കേട്ടപ്പോൾ എഴുത്തുകാരൻ ഈ കഥയിൽ തന്നെ ദളിതനാക്കിയിരിക്കുകയാണെന്ന് ജയന്തനു മനസ്സിലായി. മാർക്കറ്റ് അനുസരിച്ച് ചേറ്റാനുള്ള അയാളുടെ മിടുക്കിനെ ജയന്തനു നമിക്കാൻ തോന്നി.

''തമാശയല്ല ജയന്താ, ജാതിയിലൊക്കെ വലിയ കാര്യമുണ്ട്. അതു പോകട്ടെ. ഞാനേതായാലും രക്ഷപ്പെട്ട സ്ഥിതിക്ക് നിനക്കും കൂടി ഒരു വഴി കാണിച്ചുതരാമെന്നു കരുതുകയാണ്. പെൺമക്കളെ ഇറക്കണ്ടേ നിനക്ക്. അല്ലെങ്കിൽ തന്നെ തടിമില്ലിലെ കൂലിപ്പണികൊണ്ട് എന്തു സാധിക്കും? കോവിഡു കാലത്ത് പണിയും കുറഞ്ഞു, കൂലിയും കുറഞ്ഞു. നിന്റെ ഭാര്യ ചെറുപ്പമാണെങ്കിലും അവൾക്ക് നിസ്സാര വേതനത്തിന് ചെമ്മീൻ കിള്ളിക്കൊടുക്കുന്ന പണിയുണ്ടെങ്കിലും നീ എങ്ങാനും മില്ലിൽ തല കറങ്ങി വീണോ യന്ത്രത്തിനിടയിൽ കൈയോ കാലോ പെട്ട് ചോര വാർന്നോ പെട്ടെന്നു മരിച്ചുപോയാൽ അവളെക്കൊണ്ടാകുമോ പെങ്കൊച്ചുങ്ങളെ കെട്ടിച്ചുവിടാൻ? അതുകൊണ്ട് ഞാൻ പറയുന്നത്.''

സഹദേവൻ ഒന്നു നിർത്തി സീറ്റിനു പുറകിലെ കെയ്സിൽ നിന്നു ഫ്ളാസ്ക് എടുത്ത് ഒരൽപ്പം ചൂടുവെള്ളം പകർന്ന് പോക്കറ്റിൽ നിന്നുമൊരു ഗുളികയെടുത്തു വിഴുങ്ങി. പിന്നാലെ വെള്ളവും മൊത്തി.

ഒരുപക്ഷേ, ഇതിനു വേണ്ടിയാകണം കഴിഞ്ഞ ദിവസം കച്ചേരി മൈതാനിയിൽ വച്ച് ഒരുപാടു കൊല്ലങ്ങൾക്കു ശേഷം സഹദേവനുമായി ഒരു കൂടിക്കാഴ്ച എഴുത്തുകാരൻ തരപ്പെടുത്തിയത് എന്ന് ജയന്തൻ ഓർത്തു. തൊഴിലില്ലായ്മയും മറ്റും പരിഗണിച്ച് നഗരത്തിലെ മുന്തിയ ഏതോ ക്ലബ്ബുകാർ നൽകുന്ന അരി വിതരണം ഉദ്ഘാടനം ചെയ്യാനെത്തിയ നിലയിൽ സഹദേവനെയും ആദ്യത്തെ അരി പാക്കറ്റ് വാങ്ങാൻ തെരഞ്ഞെടുക്കപ്പെട്ടവനായി ജയന്തനെയും എഴുത്തുകാരൻ കൂട്ടിമുട്ടിച്ചിരുന്നു. സഹദേവനും ജയന്തനുമായി സ്വകാര്യത്തിലൊന്നു സംസാരിക്കാൻ ഇട വരുത്തുകയും ചെയ്തിരുന്നു. ഇഷ്ടമില്ലാതിരുന്നിട്ടും എഴുത്തുകാരന്റെ പ്രേരണയ്ക്കു വഴങ്ങി ജയന്തന് തന്റെ സ്ഥിതി പറയേണ്ടി വരികയും ചെയ്തിരുന്നു.

''ഞാനതിനൊക്കെ ഒരു വഴി കണ്ടിട്ടുണ്ട് ജയന്താ. ഇനി നിനക്കു വച്ചടി കേറ്റമാ.''

ഫ്ളാസ്ക് തിരികെ അടച്ചുകൊണ്ട് സഹദേവൻ അവനെ നോക്കി കണ്ണിറുക്കിച്ചിരിച്ചു.

വെറുതെ, നിർവികാരമായി ജയന്തൻ സഹദേവനെ നോക്കിയിരുന്നു. സൗഭാഗ്യത്തിന്റെ ഒരു വലിയ സാധ്യത ഒന്നോ രണ്ടോ വാക്കുകളിലൂടെ കാണിച്ചു കൊടുത്തിട്ടും ജയന്തന്റെ മുഖത്ത് ഒരു തെളിച്ചവുമില്ലാത്തതു കണ്ടപ്പോൾ സഹദേവൻ ഒന്നുകൂടി വിശദമാക്കി.

''നിനക്കൊരു സ്ഥിരവരുമാനത്തിനുള്ള വഴി ഞാൻ ശരിയാക്കുന്നു. അതീ പിടിച്ച് നീയങ്ങു കേറി രക്ഷപ്പെട്ടോളും. അതു പറയാനാ ഞാനീ കൂടിക്കാഴ്ച തരപ്പെടുത്തിയത്.''

ജയന്തന്റെ മുഖത്തൊരു നേർത്ത മന്ദഹാസം തെളിഞ്ഞപ്പോൾ സഹദേവന് ആശ്വാസമായി. പക്ഷേ, അത് ആ കേട്ടത് ഓർത്തിട്ടായിരുന്നില്ല. ഈ കൂടിക്കാഴ്ച തരപ്പെടുത്തിയത് താനാണെന്ന സഹദേവന്റെ വാദം കേട്ടതുകൊണ്ടാണ്. തനിക്കും സഹദേവനും അപ്പുറം അദൃശ്യതയിൽ ഒരെഴുത്തുകാരനുള്ളത് സഹദേവന് അറിയില്ലല്ലോ. അല്ലെങ്കിൽ തന്നെ സഹദേവന് അത് അറിയേണ്ടതില്ലല്ലോ. കൈ ഞൊടിച്ചാൽ എന്തും മുന്നിലെത്തുന്നവർക്ക് സ്വന്തം സാന്നിദ്ധ്യം ഒഴിച്ച് മറ്റെല്ലാം അപ്രസക്തമായിരിക്കുമല്ലോ.

ഒപ്പം തന്നെ എഴുത്തുകാരൻ ഇക്കഥയിൽ എന്തു കെണിയാണ് തനിക്ക് സഹദേവനിലൂടെ ഒരുക്കി വച്ചിരിക്കുന്നതെന്ന് അറിയാനുള്ള ഒരു കൗതുകവും ദുരന്തപൂർണ്ണമായ ഒരു കഥാന്ത്യത്തിനു മുമ്പുള്ള പ്രത്യാശയുടെ മിന്നാട്ടമാണോ സഹദേവന്റെ ഈ വാഗ്ദാനമെന്ന ആശങ്കയും ആ മന്ദഹാസത്തിനു പിന്നിലുണ്ട്. പറയ്, പറഞ്ഞു തുലയ്ക്ക് എന്ന മട്ടിൽ തന്നെ സഹദേവനു കാതു കൊടുത്ത് അയാൾ ഇരുന്നത് അതുകൊണ്ടാണ്.

ഒന്നു മുരടനക്കിയിട്ട് സഹദേവൻ കാറിനുള്ളിൽ മറ്റാരോ ഉള്ളതു പോലെ, അയാൾ കേൾക്കരുത് എന്ന പോലെ ശബ്ദം വളരെ താഴ്ത്തി കാര്യം പറഞ്ഞു. പലകാലങ്ങളിലെ പല പല ദാരിദ്ര്യക്കഥകളിലെ നായകന്മാരിലൂടെ അബ്രഹാമിലെത്തി ഇപ്പോൾ ജയന്തനിലേക്കും നീളുന്ന ഒരു നിർഭാഗ്യ ജീവിതാവസ്ഥയുടെ നിലവാരം സ്ഥിരമായി തന്നെ ഉയർത്താൻ പോന്ന ഒന്നാന്തരം ഒരു ആശയം!

അഗമ്യഗമനം വിഷയമാക്കിയുള്ള കഥകൾ എഴുതി ഉണ്ടാക്കുക. അത് ഭാര്യയെക്കൊണ്ട് നല്ല വികാരഭരിതമായി വായിപ്പിച്ച് റെക്കോഡ് ചെയ്ത് സഹദേവന് എത്തിച്ചു കൊടുക്കുക. ആഴ്ചയിൽ മൂന്നോ

മുപ്പതോ ആകാം. മതി. ഇത്രയും ചെയ്താൽ മാത്രം മതി. ഓൺ ലൈനിൽ അപ്‌ലോഡ് ചെയ്ത് ആദ്യ മണിക്കൂറിൽതന്നെ ലക്ഷങ്ങ ളാവും വ്യൂവേഴ്സ്! കിറുകൃത്യമായി ഒരു വലിയ തുക സഹദേവൻ ജയന്തന്റെ അക്കൗണ്ടിലിടും. ജയന്തനു വട്ടിപ്പലിശക്കാരിൽ നിന്നു കഴുത്ത് ഊരിയെടുക്കാനാവും. ചിട്ടി ചേർന്നോ മറ്റോ ധനം സ്വരൂപിച്ച് വൈകാതെത്തന്നെ പെങ്കൊച്ചുങ്ങളെ അതുങ്ങളുടേതായ നല്ല ജീവി തങ്ങളിലേക്ക് കൈപിടിച്ചിറക്കാനാവും.

''പക്ഷേ ഐറ്റം മുടങ്ങാതെ എത്തിക്കണം. ത്രെഡ് ഒക്കെ വേണേ തരാം. നീ എഴുതിയാൽ മതി. എന്നാൽ ഒരു കാരണവശാലും നിന്റെ ശബ്ദത്തിൽ വായിക്കരുത്. ഭാര്യയെക്കൊണ്ടോ, നീ പറഞ്ഞാൽ എന്തും ചെയ്യുന്ന പെണ്ണുങ്ങളാരെങ്കിലുമുണ്ടെങ്കിൽ അവരെക്കൊണ്ടോ വായി പ്പിക്കണം. പെൺശബ്ദത്തിനാണ് നല്ല മാർക്കറ്റ്. ഓകേ?''

വലിയൊരു പ്രകാശം തന്നെ ജയന്തന്റെ മുഖത്തുണ്ടായി. ഇക്കാല ത്തിനിടയിൽ ഒരെഴുത്തുകാരനോടും തോന്നിയിട്ടില്ലാത്ത കൃതജ്ഞ തയുടെ വെളിച്ചമായിരുന്നു അത്. ഇതാദ്യമായി തനിക്കൊരു സമ്പന്ന ലോകം വാഗ്ദാനം ചെയ്യപ്പെട്ടിരിക്കുന്നു.

സഹദേവൻ മറുപടിക്കായി കാത്തിരിക്കുകയാണ്. അയാളുടെ മിനുത്ത ചെവികളിലെ രോമങ്ങളൊക്കെ എഴുന്നു നിൽക്കുകയാണ്. എന്താ പറയേണ്ടത് എന്നതിനെക്കുറിച്ച് എഴുത്തുകാരനിൽ നിന്നും ഒരു നിർദേശവും കിട്ടുന്നില്ല. വീണ്ടും ഒരു ചെറിയ പ്രതീക്ഷ ജയന്ത നിൽ ഉണ്ടായി. ഒരു തലയാട്ടൽകൊണ്ട് ഗതികെട്ട ഒരു ജീവിതം മാറുമെങ്കിൽ മാറട്ടെ എന്ന് എഴുത്തുകാരിൽ ഒരാൾ എങ്കിലും ആഗ്ര ഹിച്ചുകൂടെന്നില്ലല്ലോ.

'ശരി, ഒന്നു നോക്കിക്കളയാം സഹദേവാ' എന്നു തന്നെ പറ യാൻ ജയന്തൻ ഓങ്ങിയ നേരത്ത് അദൃശ്യമായ ഒരു കൈ അയാ ളുടെ വാ പൊത്തിപ്പിടിച്ചു. ജയന്തന് ശരിക്കും ശ്വാസം മുട്ടി. ഒരു നിമിഷത്തിനു ശേഷം വാ തുറക്കപ്പെട്ട് ശ്വാസവും ബോധവും തിരികെ കിട്ടിയപ്പോൾ ജയന്തൻ പറഞ്ഞ മറുപടി അയാൾ പറയാനുദ്ദേശിച്ചതിനു നേരേ വിരുദ്ധമായതാണ്. അതുകേട്ട് സഹദേവന്റെ മുഖം ചുളുങ്ങി. കരുവാളിച്ചു.

'ങ്ഹും' എന്ന് അരിശത്തോടെ ശബ്ദമുണ്ടാക്കിയിട്ട് സഹദേവൻ ജയന്തന് തെരുവിന്റെ നട്ടുച്ചയിലേക്കു ഡോർ തുറന്നു കൊടുത്തു. ''അന്തസ്സും അഭിമാനവുമൊക്കെ കാശുകാർക്കേ പറഞ്ഞിട്ടുള്ളെടാ. ഈ കെട്ട കാലത്ത് നിന്നെപ്പോലുള്ള ദരിദ്രവാസികൾ ദുരഭിമാനോം കൊണ്ടു നടന്നാൽ വയറു കാഞ്ഞ് ചാവുകയേ ഉള്ളൂ.''

പൊള്ളുന്ന നിരത്തിലേക്കു കാലുവച്ചപ്പോൾ വീണ്ടും നരക ജീവിതത്തിന്റെ ദുർഗന്ധമത്രയും ജയന്തന് അനുഭവപ്പെട്ടു. സ്വർഗ ലോകത്തിന്റെ സുഗന്ധവുമായിട്ടാവട്ടെ, കെഎൽ 42 എസ് ആയിര ത്തിയൊന്ന് ഒറ്റക്കുതിപ്പിൽ പോവുകയും ചെയ്തിരിക്കുന്നു. നെടു വീർപ്പോടെ തെരുവിൽ ജയന്തൻ നിന്നു. ആരോടെന്നില്ലാതെ ജയ ന്തൻ ചോദിച്ചു. ''ഇനിയെന്ത്?, അഥവാ ഇനിയുമെന്ത്?''

എഴുത്തുകാരനിൽ നിന്നുള്ള അടുത്ത നിർദ്ദേശം കാത്തു നിൽക്കുമ്പോൾ ഈ കഥയിലും ഇനിയങ്ങോട്ട് വലിയ പ്രതീക്ഷയ് ക്കൊന്നും വഴിയില്ലെന്ന് ജയന്തനു തോന്നിയിരുന്നു. എന്നാലും ഇനി അയാൾ ആ ഒടുക്കത്തെ ഫുൾസ്റ്റോപ്പ് ഇടുന്നതുവരെയുള്ള കാര്യ ങ്ങൾ മൊത്തത്തിലൊന്ന് അറിഞ്ഞിട്ടു മതി ബാക്കി എന്ന് കരുതി ജയന്തൻ പാതയോരത്തെ ആളൊഴിഞ്ഞ വെയ്റ്റിങ് ഷെഡ്ഡിലേക്കു കയറി പൊടി പിടിച്ച സിമന്റു ബഞ്ചിൽ നീണ്ടു നിവർന്നു കിടന്നു.

സഹദേവനോട് 'യസ്' പറയാനാണ് എഴുത്തുകാരൻ തോന്നി ച്ചിരുന്നതെങ്കിൽ തന്നെ അതിലെ പെൺശബ്ദം നൽകാൻ മായ സമ്മതിക്കുമായിരുന്നോ എന്ന് ജയന്തൻ സംശയിച്ചു. അവളുടെ ശബ്ദമൊക്കെ നല്ലതാണ്. നാൽപ്പത്തിമൂന്നു വയസ്സു തോന്നിക്കു കയേ ഇല്ല. നേർത്തൊരു മാധുര്യവും അൽപ്പം വികാരഭരിതവുമായ ശബ്ദം തന്നെയാണത്. അവൾ സമ്മതിക്കാതിരിക്കാനും വഴിയില്ലാ യിരുന്നു. പലിശക്കാരുടെ നോട്ടമിപ്പോൾ സ്വന്തം പെൺമക്കളുടെ മാറത്താണല്ലോ. പറഞ്ഞിട്ടെന്തു കാര്യം?

എഴുത്തുകാരനെയല്ല, ലോകത്തെ എല്ലാ എഴുത്തുകാരെയും മനസ്സുരുകി പ്രാകിയിട്ട് ഒരു മയക്കത്തിലേക്കു ചായുമ്പോൾ കാത്തു വച്ചിരിക്കുന്നത് നരകമാണെങ്കിൽ തന്നെ അതൊന്നു മുന്നേ കാണാൻ കഴിഞ്ഞാൽ കൊള്ളാമായിരുന്നു എന്ന് ജയന്തൻ പിറുപിറുത്തു. അത് എഴുത്തുകാരൻ കേട്ടോ എന്തോ.

എന്തായാലും മയക്കത്തിൽ ആ കാഴ്ച ജയന്തന് തെളിഞ്ഞു വന്നു. നട്ടുച്ചയുടെ കാളുന്ന വെയിൽനിന്ന് കണ്ണറിയാതെ തന്റെ ചെറിയ വീട്ടിലേക്കു ചെന്ന ജയന്തന് കണ്ണിലെ ഇരുട്ടു മാറാതെ ത്തന്നെ, വീട്ടിലേക്കു കയറാതെത്തന്നെ, സംഭവിച്ചതൊക്കെയും മനസ്സിലാക്കാനായി. കാറ്റിന് ഒരു കൂട്ടമരണത്തിന്റെ മണമടിക്കുന്നു.

മുറ്റത്തു തന്നെ നിന്ന് അയാൾ സ്വയം ചോദിച്ചു: മായയും രണ്ടു പെൺമക്കളും അവസാനിച്ചിരിക്കുന്നു എന്ന തോന്നൽ വാസ്തവ മെങ്കിൽ എങ്ങനെയാവും അവർ എല്ലാം അവസാനിപ്പിച്ചത്? കെട്ടി ത്തൂങ്ങി? വിഷം ഉപ്പുമാവിൽ കലർത്തി? അല്ലെങ്കിൽ പലിശക്കാരുടെ

കൂട്ടബലാൽസംഗത്തിൽ? അതിനിരയായിത്തന്നെയോ ശേഷം അതിന്റെ അവമതി സഹിക്കാനാവാതെയോ?

എന്തായാലും ആ കാഴ്ച കാണാൻ നിൽക്കാതെ ജയന്തൻ മയക്കത്തിൽ നിന്നും തെരുവിന്റെ ഉച്ചവെയിലേക്കു കണ്ണു തുറന്ന് എഴുന്നേറ്റിരുന്നു. കഷ്ടം. നൂറ്റൊന്ന് ആവർത്തിച്ചു പഴകിയ രംഗത്തിൽ തന്നെ കഥ കൊണ്ടെത്തിക്കാൻ പോവുകയാണ് ആ എഴുത്തുകാരൻ. വ്യത്യസ്തമായ ഒരു വഴി കണ്ടെത്താൻ അയാൾ ഒട്ടും മിനക്കെടുന്നില്ലല്ലോ. ഇന്നാട്ടിലെ വായനക്കാർക്ക് ഇതൊക്കെ മതിയെന്നാണോ?

അതിലും ഭേദം മറ്റൊരു അവസാനമാണ് ജയന്തനു തോന്നിയത്. വീട്ടിലേക്കു ചെല്ലുമ്പോൾ വാതിൽ അടഞ്ഞു കിടക്കുന്നു. മായയും മക്കളും അകത്തുണ്ടാവുമെന്നറിയാവുന്നതിനാൽ കോളിങ് ബെല്ലടിക്കുന്നു. മറുപടിയില്ല. അൽപ്പസമയം കഴിഞ്ഞു. വാതിൽ തുറന്ന് വലിച്ചു വാരിയുടുത്ത ഉടുപുടവയോടെ മായ പുറത്തേക്കു വന്ന് മുറ്റമാകെ പരതി നോക്കുന്നു. ആരാ എന്ന് അകത്തെ മുറിയിൽ നിന്നൊരു പതിഞ്ഞ പുരുഷശബ്ദം കേൾക്കുന്നു. ആവോ, ആരേയും കാണുന്നില്ലാ എന്ന് പറഞ്ഞ് തൊട്ടുമുന്നിൽ നിൽക്കുന്ന തന്നെ കാണാതെ തന്നെ വീണ്ടും അകത്തേക്കു കയറി അവൾ വാതിലടയ്ക്കുന്നു. ഉമ്മറത്ത് അപരിചിതമായ രണ്ടു ജോടി ചെരുപ്പുകൾ കൂടി കിടക്കുന്നതു കണ്ടപ്പോൾ അകത്തേക്കു കയറാനോ പെൺമക്കളുടെ സ്ഥിതി കൂടി അറിയാനോ തനിക്ക് തോന്നാതാവുന്നു. എന്ന്, എപ്പോൾ, എവിടെ വച്ച്, എങ്ങനെയാണ് താൻ മരിച്ചുപോയതെന്ന സന്ദേഹത്തോടെ മാത്രം മുറ്റത്തുനിന്നു പോകുന്നു.

അത്ര കേമമായ അന്ത്യമൊന്നുമല്ല ഇതെങ്കിലും എഴുത്തുകാരൻ ഉണ്ടാക്കിവച്ചിരിക്കുന്ന പതിവു തട്ടിക്കൂട്ട് ക്ലൈമാക്സിനേക്കാൾ ഭേദമായിരിക്കുമെന്ന് ജയന്തനു തോന്നി.

ങാ... അതെന്തെങ്കിലുമാകട്ടെ, എങ്ങനെയും ഈ കഥയിൽ നിന്നും പുറത്തു കടക്കേണ്ടിയിരിക്കുന്നു. ഇനി ഒരു പട്ടിണിക്കഥയിലും നായകനാവാൻ ഇടവരാത്തവിധം.

ഇഴഞ്ഞ് വലഞ്ഞ് തെണ്ടിത്തിരിഞ്ഞ് മാത്രം ഉള്ളതാവണം തങ്ങൾക്കു ജീവിതമെന്ന് തീരുമാനിക്കുന്ന ദൈവമോ ചെകുത്താനോ എന്നു തിട്ടമില്ലാത്ത ആ മഹാനായ എഴുത്തുകാരന്റെ മുഖത്തു തുപ്പിയിട്ട് ഒരു ദിവസമെങ്കിൽ ഒരു ദിവസം സഹദേവനെപ്പോലെ ജീവിക്കണം. അതിന് സഹദേവനെ കാണണം. കെഎൽ 42 എസ് ആയിരത്തിയൊന്ന്. അതൊരു ഭാഗ്യനമ്പർ തന്നെ.

ജയന്തൻ പുതിയൊരു ഉന്മേഷത്തോടെ എഴുന്നേറ്റു.

പക്ഷേ, ഒരടി മുന്നോട്ടു വയ്ക്കാനാവുന്നില്ല. തെരുവിലേക്ക് കുതിച്ചു നീങ്ങാൻ ശ്രമിച്ചിട്ടും പറ്റുന്നില്ല. പിന്നിൽ നിന്നൊരു പിടുത്തം. തിരിഞ്ഞു നോക്കിയപ്പോൾ മയക്കത്തിൽ കണ്ട ആ ദുരന്തക്കാഴ്ച യിലേക്കുള്ള വഴി തെളിഞ്ഞു കിടക്കുന്നതു കണ്ടു. ആ വഴിയുടെ അറ്റത്ത് മായയും പെൺമക്കളായ ദീപയും ദീപ്തിയും കയർ കുരു ക്കിലേക്കു തല വയ്ക്കാനോങ്ങി നിൽക്കുന്നതും കണ്ടു.

'എടോ പൊട്ടാ, അതിലും നല്ല എൻഡുണ്ട്. ഞാൻ പറഞ്ഞു തരാം. അതായാലും തനിക്കു നല്ല കയ്യടി കിട്ടും.'' എന്നൊക്കെ ജയന്തൻ ഉറക്കെ വിളിച്ചു പറഞ്ഞു. എന്നിട്ടും പിടി മുറുകിയതേ യുള്ളൂ. 'സഹദേവാ..' എന്നുറക്കെ അലറി വിളിച്ചുകൊണ്ട് കുതറി അയാൾ സർവ്വശക്തിയുമെടുത്ത് തെരുവിലേക്ക് ഓടാൻ ആഞ്ഞു. അപ്പോൾ അദൃശ്യമായ രണ്ടു കൈകൾ അയാളെ അങ്ങനെ തന്നെ പൊക്കിയെടുത്ത് ചുരുട്ടിക്കൂട്ടി അയാളുടെ ആ ചെറിയ വീട്ടുമുറ്റ ത്തേക്കുതന്നെ വലിച്ചെറിഞ്ഞിട്ടു.

വീട്ടിനകത്തു നിന്നും ചാവുമണം വന്ന് മൂക്കിൽ തട്ടിയ നിമിഷം ഒരിക്കൽകൂടി അയാളുടെ ദാരിദ്ര്യകഥയ്ക്ക് ഫുൾസ്റ്റോപ്പ് വീണു.

■

ദർവാസാ

പ്രശസ്ത ഗസൽ ഗായകൻ ഉസ്താദ് സഹീർ അലി ഖാൻ നഗരത്തിലെത്തുന്ന ദിവസമാണിന്ന്. സായാഹ്നത്തിൽ, നഗരത്തിനോടു ചേർന്നുള്ള കായൽ തീരത്തെ വിശാലമായ തുറന്ന വേദിയിൽ അദ്ദേഹം പാടും. പ്രണയാർദ്രവും വിഷാദം കലർന്നതുമായ ഗീതങ്ങളിലൂടെ ലോകമെങ്ങുമുള്ള ആസ്വാദകരെ ആനന്ദിപ്പിക്കുകയും എന്നാൽ നഷ്ടപ്രണയത്തിന്റെ ഈറൻസ്മൃതികളിലേക്ക് അവരെ മെല്ലെ മെല്ലെ ആനയിക്കുകയും ചെയ്യുന്ന ഉസ്താദ് സഹീർ അലി ഖാൻ.

കാഴ്ചയിൽ തീരെ പരുക്കനെങ്കിലുമാ മധുരശബ്ദം, അതിൽ നിന്നുമുയർന്ന് പരിസരമാകെ പാറിപ്പറക്കുന്ന ഗസൽപ്പക്ഷികൾ- അവയിലൊന്നിനെയെങ്കിലും മെല്ലെയൊന്നു തൊടാൻ വെമ്പുന്ന ഹൃദയത്തോടെ ഓരോ ഗാനവും തീരും വരെ നിശ്വാസമൊതുക്കിയിരിക്കാനായി ഒരുപാടു പേർ ഇന്നീ നഗരത്തിലെത്തും. അതിനുള്ള അവസാന ഒരുക്കങ്ങളിൽ ഏർപ്പെട്ടുകൊണ്ടിരിക്കുകയാണ് അവരിൽ പലരും...

അതിൽ പെടുന്ന രണ്ടുപേർ:

ഒന്ന്: നിസ, വയസ്സ് 25.

മുഖത്തേക്കു വീണു കിടക്കുന്ന ചുരുണ്ട മുടിയിഴകളും വിഷാദം തുളുമ്പി നിൽന്ന കണ്ണുകളുമുള്ള നിസയ്ക്ക് സഹീർ അലി ഖാന്റെ ഗസലുകൾ പ്രാണനു തുല്യമാണ്. ഹിന്ദിയിലും ഉറുദുവിലും അദ്ദേഹം പുറത്തിറക്കിയിട്ടുള്ള ആൽബങ്ങളത്രയും അവൾക്കു സ്വന്തമായുണ്ടായിരുന്നു. അതിലേറെ എണ്ണം അവൾ വാങ്ങി പലർക്കും നൽകിയിട്ടുമുണ്ട്. കൂർക്കം വലിച്ചു കിടക്കുന്ന ഭർത്താവിനരികിൽ നിന്നും നിശ്ശബ്ദം എഴുന്നേറ്റ് ബാൽക്കണിയിലേക്കു വന്ന് ഇയർഫോൺ വച്ച് ഏകാന്തവും വിമൂകവുമായ രാത്രിയിലേക്കു നോക്കി അവൾ സഹീറിന്റെ ഗീതകങ്ങൾ കേൾക്കുമായിരുന്നു. ഇപ്പോൾ തനിച്ചായതുകൊണ്ട് ഇയർഫോണിന്റെ ആവശ്യമില്ല. രാവിന്റെ നിശ്ശബ്ദതയിൽ

അപ്പാർട്ട്മെന്റിനു മുന്നിലെ തെരുവോരത്തെ നെൻമേനി വാകയിൽ നിന്നും ചുവന്ന പൂക്കൾ പൊഴിയുമ്പോൾ, പതിഞ്ഞ ശബ്ദത്തിൽ ആ ഗസലുകൾ കോടമഞ്ഞു പോലെ അവിടമാകെ പടരുമ്പോൾ, അനിർവചനീയമായ ആത്മശാന്തിയോടെ എന്നാൽ ഉള്ളിലെ വിങ്ങൽ അടക്കാനാവാതെ അവളങ്ങനെ നിന്നു പോകും.

നിസയുടെ അമ്മ സർവജയ നന്നായി പാടുമായിരുന്നു. 1988–92ൽ മുംബൈയിൽ ശിവാജി ടെർമിനസിലെ സേവ്യേഴ്സ് കോളേജിൽ പഠിക്കുന്ന കാലത്ത് ഗായകനായ ഒരു ഇസ്ലാം യുവാവുമായി സർവ ജയയ്ക്ക് അഗാധമായ ഹൃദയബന്ധമുണ്ടായിരുന്നു. എന്നാൽ അതിനെ മറികടന്ന് മുകുന്ദനുണ്ണി എന്ന നേവി ഓഫീസറെ വിവാഹം കഴി ക്കാൻ അവൾ നിർബന്ധിതയായി. ആ ഗായകൻ അതോടെ ഈ ദേശം വിട്ട് മറ്റേതോ രാജ്യത്തേക്കു പോവുകയും ചെയ്തു. അതിനകം അയാളുടേതായ ഒരു നിത്യസ്മരണ അവളിൽ രൂപം കൊണ്ടിട്ടുണ്ടാ യിരുന്നു. അതാണ് നിസ. അക്കാര്യം ഇന്നും നിസയക്ക് അറിയല്ല എന്നതുപോലെതന്നെ അന്ന് മുകുന്ദനുണ്ണിക്കും അറിയില്ലായിരുന്നു. തന്റെ സംഗീതാഭിരുചിയും ആ പ്രണയബന്ധവും മകൾക്ക് നി-സ എന്നീ രണ്ടക്ഷരങ്ങൾ ചേർത്തു പേരു നൽകുന്നതിൽ സർവജയയെ സ്വാധീനിച്ചിരിക്കാം.

ആഴക്കടലുകളിലെ അത്യാപത്തുകളെ അതിസാഹസികമായി നേരിട്ടതിന്റെ ആത്മവിശ്വാസം സദാ ഒരു ചെറുചിരിയിലൂടെ പ്രതി ഫലിപ്പിച്ചിരുന്ന മുകുന്ദനുണ്ണി ഒരു ദിവസം ദലാൽ സ്ട്രീറ്റിലെ മുംബൈ സ്റ്റോക്ക് എക്സ്ചേഞ്ചിൽ നിന്നിറങ്ങി റോഡ് ക്രോസ് ചെയ്യുന്നതിനിടയിൽ ഒരു സൈക്കിൾ മുട്ടി വീണു മരിച്ചതും തുടർന്ന് ആറുമാസം പ്രായമുണ്ടായിരുന്ന നിസയുമായി സർവജയ കോഴി ക്കോട്ടേക്കു പോന്നതും ഉപജീവനത്തിന് ഒരു ഹിന്ദുസ്ഥാനീസംഗീത വിദ്യാലയം തുറന്നതും വൈകാതെ സർക്കാർ സ്കൂളിൽ സംഗീത അദ്ധ്യാപികയായി ജോലി നേടിയതും നിസയെ പഠിപ്പിച്ച് ഒരു ഐ ടി ഉദ്യോഗസ്ഥയാക്കിയതും നിസ എൻ.ഐ.ടിയിലെ പഠനകാലങ്ങ ളിൽ നിന്നു കണ്ടെത്തിയ ബേണി എന്ന യുവാവുമായി – അവനത്ര ശരിയല്ലെന്നു തോന്നിയിരുന്നെങ്കിലും – അവളുടെ ഇഷ്ടം മുൻ നിർത്തി മാത്രം വിവാഹം നടത്തിക്കൊടുത്തതും കഴിഞ്ഞവർഷം ഇതേ നാളുകളിൽ അവരുടെ വിവാഹം നടന്ന് കൃത്യം ഒരു മാസം കഴിഞ്ഞപ്പോൾ ക്രൈസ്റ്റ് ജങ്ഷനിൽ വച്ച് റോഡ് ക്രോസ് ചെയ്യു ന്നതിനിടെ സർവജയ ഒരു ശവവാഹനം തട്ടി മരണമടഞ്ഞതും അതോടെ നിസ സദാ വിഷാദവതിയായി കാണപ്പെട്ടു തുടങ്ങിയതും ഒക്കെ കഴിഞ്ഞുപോയ കാര്യങ്ങളാണ്.

എന്നാൽ അമ്മയുടെ മരണത്തിനു മുമ്പു തന്നെ നിസ അൽപ്പാൽപ്പമായി വിഷാദത്തിലേക്കു വഴുതിയിരുന്നു. അതിനു നിമിത്തമായത് ഉസ്താദ് സഹീർ അലി ഖാന്റെ ഗസലുകളായിരുന്നു.

ലോകത്ത് ഇന്നോളമുണ്ടായിട്ടുള്ള ഗസലുകളിലെല്ലാം ഉള്ളതുപോലെ 'സഹീർ അലി ഗസലു'കളിലും പ്രണയത്തിന്റെ സുഗന്ധമുണ്ടായിരുന്നു. തന്റെ ഓരോ വരികളിലൂടെയും അതിന്റെ ഈണങ്ങളിലൂടെയും സഹീർ അലി ആരെയോ തേടുകയായിരുന്നു. തനിക്കെന്നോ നഷ്ടപ്പെട്ട ഒരാളെ അഥവാ അകലെയകലെയെങ്ങോ തനിക്കു വേണ്ടി അനന്തമായി കാത്തിരിക്കുന്ന ആരോ ഒരാളെ ആ ഗാനവീചികളെന്നും തിരഞ്ഞുകൊണ്ടിരുന്നു. 'അത് ഞാനാണ്... ആ ഞാൻ ഇതാ, ഇവിടെയുണ്ട്' എന്ന് നിസ ഉൾപ്പെടെയുള്ള അദ്ദേഹത്തിന്റെ ആരാധകർ നിശ്ശബ്ദം മന്ത്രിക്കുകയും ചെയ്തിരുന്നു.

നിസയുടെ കൗമാരത്തിന്റെയും യൗവ്വനത്തിന്റെയും ഇടവേളയിലേക്കാണ് ഉസ്താദ് സഹീർ അലി ഖാന്റെ ഗസലുകൾ ഒഴുകിയെത്തിയത്. വീട്ടിൽ സർവജയ പലപ്പോഴും കേട്ടിരുന്നത് 'സഹീർ ഗസലു'കളായിരുന്നു. നല്ലൊരു ശേഖരം തന്നെ സർവജയ സൂക്ഷിച്ചിരുന്നു. നിസയെ ബേണിക്കു വിവാഹം കഴിച്ചയയ്ക്കുമ്പോൾ അവൾ അതിൽ നിന്നും 'കഭീ മിട്തീ നഹീ യാദേം' (മായില്ലൊരിക്കലും നിന്നോർമ്മകൾ) എന്ന ആൽബം മാത്രമെടുത്ത് മറ്റെല്ലാം കൊടുത്തു വിട്ടു.

അമ്മയുടെയും മകളുടെയും ഗസൽ പ്രേമം ശരിക്കറിഞ്ഞിരുന്ന ബേണി പക്ഷേ, വിവാഹം കഴിഞ്ഞുള്ള ആദ്യരാവിൽ തന്നെ ഇനി നമുക്കിടയിൽ ഉസ്താദ് സഹീർ അലി ഖാന്റെ എന്നല്ലാ ഒരാളുടെയും ഗസലുകൾ വേണമെന്നില്ലല്ലോ എന്നു പറഞ്ഞ്, നിസയെ സംബന്ധിച്ചിടത്തോളം എത്രയും വിലപ്പെട്ട ആ ശേഖരമടങ്ങിയ വലിയ ബാഗ് അപ്പാടെ ബാൽക്കണിയിൽ നിന്നും അവരുടെ ഫ്ളാറ്റിനു താഴെയുള്ള ആ വലിയ അഴുക്കുചാലിലേക്ക് എറിഞ്ഞുകളഞ്ഞു.

ഗാനശേഖരം മാത്രമല്ല ബേണിയുമായുള്ള ഏഴുവർഷം നീണ്ട പ്രണയബന്ധം കൂടിയാണ് താഴേക്കു പോയത് എന്ന് ആ നിമിഷം തന്നെ നിസ വല്ലാത്തൊരു നീറ്റലോടെ തിരിച്ചറിഞ്ഞിരുന്നു.

ബേണി അതിനെക്കുറിച്ച് തെല്ലും ബോധവാനായതുമില്ല. വളരെ പെട്ടെന്നുതന്നെ അമ്മയുടെ മരണവും സംഭവിച്ചതോടെ കൊടിയ ദുഃഖത്തിലേക്കു വീണ നിസയ്ക്ക് പിന്നീട് കുറച്ചെങ്കിലും ആശ്വാസമായത് യൂ ട്യൂബിലെ സഹീർ അലി ഖാന്റെ ഗസലുകളാണ്. അതും ബേണി രാത്രി ഉറങ്ങിക്കഴിഞ്ഞതിനു ശേഷം.

വൈകാതെ അതും നിരോധിക്കപ്പെട്ടു. അവളുടെ സെൽഫോണിൽ നിന്നും ഇന്റർനെറ്റ് നീക്കപ്പെട്ടു. സഹീർ അലിയുടെ എന്നല്ല ഭൂമിയിലെ ഒരു സംഗീതവും അവൾ കേട്ടുകൂടാ എന്നു വിധിയുണ്ടായി. പക്ഷേ, പല പുരുഷന്മാരെയും പോലെ കാലം മാറിയതൊന്നും ബേണിയും അറിഞ്ഞിരുന്നില്ല. അല്ലെങ്കിൽ അതേക്കുറിച്ച് ഒട്ടും ബോധവാനായിരുന്നില്ല.

ഒരു നാൾ അയാളിൽ നിന്നു കിട്ടിയതെല്ലാം അവിടെ ഉപേക്ഷിച്ച് നിസ ഒരു കൂട്ടുകാരിയുടെ ഹോസ്റ്റൽ മുറിയിലേക്ക് താമസം മാറ്റി. പിന്നീട് സാമ്പത്തികമായി വളരെ ബുദ്ധിമുട്ടിക്കൊണ്ടിരുന്ന ഒരു ഓൺലൈൻ പത്രത്തിൽ കുറഞ്ഞ ശമ്പളത്തിൽ എന്റർടെയ്ൻമെന്റ് എഡിറ്റർ ജോലിക്കു ചേർന്ന അവൾ സഹീർ അലിയുടെ ആൽബങ്ങൾ കൊണ്ടു ഹോസ്റ്റൽ മുറിയിലെ അലമാര നിറയ്ക്കുകയും അതിലെ ഗാനങ്ങളിൽ നിന്ന് ഏറെ ഇഷ്ടമുള്ളതെടുത്ത് രാത്രി വളരെ വൈകും വരെ കേൾക്കുകയും അതു കേട്ടു തന്നെ ഉറക്കത്തിലേക്കു ചായുകയും ചെയ്തു.

അപ്രതീക്ഷിതമായി ഈ നഗരം ഉസ്താദ് സഹീർ അലി ഖാന് വിരുന്നൊരുക്കുന്നു എന്നു കേട്ടപ്പോൾ മുതൽ നിസ പറഞ്ഞറിയിക്കാനാവാത്ത ആനന്ദത്താൽ അടിമുടി പൂത്തുലയുകയാണ്. അവൾക്കു ചുറ്റും നിഗൂഢമായൊരു സുഗന്ധം പ്രസരിക്കുന്നതായി ഹോസ്റ്റലിലും ഓഫീസിലും ഉള്ളവർക്ക് ഒരുപോലെ തോന്നി. കുറച്ചു കാലമായിട്ടേ അവളെ അവർ കാണുന്നുള്ളു എങ്കിലും അവരിൽ പലരും ആദ്യമായാണ് ആ ചുവന്ന മുഖക്കുരുക്കൾ ചിതറിയ മുഖത്ത് നേർത്തൊരു ചിരി കാണുന്നത്. വിശുദ്ധവും എന്നാൽ തികച്ചും പ്രണയാർദ്രമെന്നു തോന്നിക്കുന്നതുമായ ആ നറുമന്ദഹാസത്തോടെ എത്രയും വേഗം ജോലി തീർത്ത് വൈകുന്നേരം ആ ഗാനശാലയിലേക്കെത്താൻ അവൾ വെമ്പുകയാണ്. അവളുടെ മനസ്സു പാടുന്നുണ്ട്: വീട്ടിൽ സർവജയ ചിലപ്പോൾ ശബ്ദമൊതുക്കി പാടാറുള്ള സഹീർ അലിയുടെ പ്രശസ്തമായ ആ ഗസൽ...

ജിസ് രാസ്തേ പേ ചലേ ഹോ ദൂർ
തുമാരേ നക്ശേകദം.
ഉസ് രാസ്തേ പേ ചൽ രഹാ ഹൂം മേം..
(അകന്നുപോയ നിൻ കാലടിപ്പാടുകൾ
പതിഞ്ഞ പാതയിലൂടിന്നും നടപ്പു ഞാൻ...)

ഇനി, ഉസ്താദ് സഹീർ അലി ഖാന്റെ കച്ചേരിക്ക് എത്തിച്ചേരാനായി ഒരുങ്ങുന്ന ആ രണ്ടാമത്തെയാളെക്കുറിച്ച്-

അയാൾ ആ ഗസൽക്കച്ചേരി ആസ്വദിക്കുവാനല്ല പോകുന്നത്. അയാളുടെ ഉദ്ദേശ്യം. മറ്റൊന്നാണ്. ഇതേ നഗരത്തിന്റ മറ്റൊരു മൂല യിലെ ഒരു ഫ്ളാറ്റിലാണ് അയാളുടെ താമസം. കഴിഞ്ഞ ഏതാനും മാസങ്ങളായി ശരിയായി ഉറങ്ങാനാവാത്തതിന്റെ ഒരു അസ്വസ്ഥത ആ മുഖത്ത് ഉണ്ട്. ഉറക്കാത്തത് സഹീർ അലിയുടെ ഗസലുകളാണ്. ഒരിക്കൽ ഏറെ പ്രണയിച്ചിരുന്ന ഭാര്യ എന്നേയ്ക്കുമായി ഇറങ്ങി പ്പോയി എന്നറിഞ്ഞ നിമിഷം മുതൽ ആണ് അവ ഒന്നൊന്നായി അയാളെ ആക്രമിക്കാൻ തുടങ്ങിയത്. ഒരു അണ്ഡത്തോട്ടിൽ നിന്നും അവയോരോന്നും ചിറകുകൾ വിരുത്തി പറന്നുയർന്ന് തന്റെ കാതു കൾക്കു ചുറ്റും മൂളിക്കൊണ്ട് വലയമിട്ടിരിക്കുകയാണ് എന്നും ഒരി ക്കലുമിനി തനിക്കിതിൽ നിന്നും മോചനമില്ലെന്നും അയാൾക്കുറ പ്പായത് അവളെ തിരികെ കൊണ്ടുവരാനുള്ള അവസാനശ്രമവും പരാജയപ്പെട്ടപ്പോഴാണ്.

എന്റെ സ്നേഹം അവൾ തിരിച്ചറിഞ്ഞില്ലല്ലോ. എനിക്കും അവൾ ക്കുമിടയിൽ മറ്റൊന്നും വേണ്ടാ എന്നു പറയുമ്പോൾ അവളുമായി ഞാനത്രയ്ക്കും ചേർന്നിരിക്കുന്നു എന്നല്ലേ കരുതേണ്ടത്? അത് അവൾ മനസ്സിലാക്കാഞ്ഞതെന്ത്? എന്നൊക്കെ അയാൾ വാദിച്ചെ ങ്കിലും അവളോ അവരുടെ രണ്ടുപേരുടെയും സുഹൃത്തുക്കളോ അതിനു ചെവി കൊടുത്തില്ല.

തന്റെ നിരന്തരമായ ഫോൺവിളികൾക്കോ മറ്റുള്ളവരുടെ ഇട പെടലുകൾക്കോ അവളുടെ മനസ്സിന്റെ മരവിപ്പു മാറ്റാൻ കഴിയില്ലെന്ന് തീർത്തും ബോധ്യമായതോടെ കാതിൽ ഇരമ്പുന്ന ഗസൽശല്യത്തിൽ നിന്ന് രക്ഷ തേടാൻ അയാൾക്ക് മയക്കുമരുന്നിനെപ്പോലും -അതും തെല്ലു കൂടുതലായി തന്നെ ആശ്രയിക്കേണ്ടി വന്നു. അതുവരെ നിയ ന്ത്രിതമായ അളവിലുണ്ടായിരുന്ന മദ്യപാനശീലവും പരിധി വിട്ട തോടെ അതിന്റെയൊക്കെ ക്ഷീണം ജോലി സമയത്തും വല്ലാതെ ദോഷം ചെയ്തു. ജോലി ചെയ്യുന്ന 'ജിടിഎസ് സിസ്റ്റംസ്' എന്ന സ്ഥാപനം അയാളെ ബ്ലാക്ക് ലിസ്റ്റിൽ പെടുത്തിക്കഴിഞ്ഞു. ഇനി ഏത് ഐടി കമ്പനിയിൽ ചെന്നാലും അയാൾക്കൊരു ജോലി കിട്ടാ നിടയില്ല. ഇതെല്ലാം ചേർന്ന് കടുത്ത നൈരാശ്യത്തിലും അരിശ ത്തിലും എത്തിച്ചതിന്റെ മൂർദ്ധന്യത്തിലാണ് അയാൾ അറിഞ്ഞത് തന്റെ പ്രണയവും സ്വസ്ഥജീവിതവുമെല്ലാം തകർത്ത ആ സഹീർ അലി ഖാൻ ഈ നഗരത്തിലെത്തുന്നു എന്ന്!

എന്തായാലും നിസ അതു കേൾക്കാൻ എത്തുമെന്ന് ഉറപ്പുണ്ട്. സഹീർ അലിയും നിസയും. തന്റെ ജീവിതം കശക്കിയെറിഞ്ഞ രണ്ടുപേർ. അവർ മനസ്സു നിറഞ്ഞ് പാടിയും പാട്ടു കേട്ടും ഈ

രാത്രിയിൽ ആനന്ദിക്കും. ഇതിനകം തന്നെ അവർ അടുത്ത സുഹൃത്തുക്കളായിട്ടുണ്ടെങ്കിൽ– തീർച്ചയായും അങ്ങനെയായിക്കാണും കലാകാരന്മാർക്ക് ഇത്തരം അടുപ്പങ്ങൾ വേഗത്തിൽ സാധ്യമാവും – ഇന്നു രാത്രി അവർ ഇതേ നഗരത്തിലെ സ്റ്റാർ ഹോട്ടലിൽ ഒരുമിച്ചു കഴിഞ്ഞെന്നു വരാം. ഞാനിവിടെ ഒഴിഞ്ഞ മദ്യക്കുപ്പി പോലെ ആർക്കും വേണ്ടാതെ കിടക്കുമ്പോൾ– അതു പാടില്ലല്ലോ.

അയാൾ എഴുന്നേറ്റ് കൃത്യസമയത്തു തന്നെ ആ ഗാനശാലയിലേക്കെത്താനുള്ള ഒരുക്കം തുടങ്ങി. ഒരു ചെറിയ ഷോൾഡർ ബാഗ് എടുത്തു. അതിൽ ഒരു കുപ്പി വെള്ളവും പകുതിയോളം മദ്യമുള്ള പൈന്റ് കുപ്പിയും ഒരു ടർക്കി ടവലും ഏതു നല്ല കാര്യത്തിനു മുമ്പും തുറന്ന് വായിക്കുന്ന ആ കൊച്ചു ബൈബിളും വച്ചു. ഒപ്പം പാന്റിന്റെ വലതു പോക്കറ്റിലേക്ക് ശ്രദ്ധയോടെ ആവശ്യത്തിനു നീളമുള്ള ആ സ്റ്റീൽ കത്തിയും.

അതിന്റെ വെള്ളിത്തിളക്കമുള്ള മുന കണ്ണിറുക്കി ചിരിച്ചുകൊണ്ട് ചോദിച്ചു: ''ബേണീ, ആദ്യം ആരെയാണ് തീർക്കേണ്ടത്?''

ഗാനശാലയിൽ ഹാർമോണിയത്തിന്റെ വിഷാദമധുരമാം ശ്രുതി. തബലയിൽ പെരുമഴ പെയ്യിക്കും വിരലുകൾ.. ആദബ് ചൊല്ലി ഉസ്താദ് സഹീർ അലിഖാൻ ഒന്നാം ഗസലിലേക്കു കടന്നിരിക്കുന്നു. ബേണിയൊഴികെ എല്ലാവരും പതിയെ ആ നാദവിസ്മയത്തിലേക്ക് ലയിച്ചിറങ്ങുന്നു. അയാളെയും മുൻനിരയിൽ നടവഴിയുടെ അറ്റത്തു നിന്നു രണ്ടാമത്തെ സീറ്റിൽ ഇരിക്കുന്ന നിസയെയും മാറി മാറി നോക്കി ബേണി കണക്കു കൂട്ടുന്നു. മുന്നേ മൂന്നു പാട്ടുകൾ അവൻ പാടും. നാലാമത്തെ പാട്ടു തുടങ്ങുമ്പോൾ വലതു പോക്കറ്റിൽ കൈയിട്ട് എഴുന്നേൽക്കും. നടവഴിയിലൂടെ പതിയെ മുന്നോട്ട്. സദസ്സു കരുതും നിസയുടെ വലതുവശത്തെ ഒഴിഞ്ഞുകിടക്കുന്ന ഒരേയൊരു സീറ്റിൽ ഇരിക്കാൻ പോവുകയാണെന്ന്. പക്ഷേ, നിസയെയും കടന്ന് വേദിയിലേക്കാവും കയറുക. ചെല്ലുന്ന പാടെ അവനെ അവന്റെ കഴുത്തിൽ ചുറ്റിയിരിക്കുന്ന പട്ടിന്റെ ഷാളിൽ പിടിച്ച് ഹാർമോണിയത്തിനു മുന്നിൽ നിന്നു വലിച്ചു പൊക്കി ഒറ്റക്കുത്ത്. തീർച്ചയായും അതു കണ്ട് നിസ വേദിയിലേക്ക് ഓടിക്കയറി വരും. അവിടെ വച്ച് അവളെയും. മറിച്ച് ആദ്യം അവളെ തട്ടിയാൽ വേദിയിലേക്കു ചെല്ലാനൊത്തില്ലെന്നു വരും. ശേഷം സ്റ്റേജിന്റെ പിന്നിലേക്കു ചാടി ഗ്രൗണ്ടിന്റെ മതിൽ കടന്ന് കായൽതീരത്തുടെ ഓടി രക്ഷപ്പെടും.

ഇതാ സമയമാകുന്നു. മൂന്നാമത്തെ പാട്ടു തീരാറാകുന്നു. ബേണി ബാഗിൽ നിന്നും ബൈബിളെടുത്തു. കണ്ണടച്ചു തുറന്നു. കണ്ടത്.

''ഞാനുറങ്ങി;

പക്ഷേ എന്റെ ഹൃദയം ഉണർന്നിരിക്കുന്നു.

അതാ, എന്റെ പ്രിയൻ വാതിലിൽ മുട്ടുന്നു.''

പെട്ടെന്ന് ബൈബിൾ അടച്ച്, തിരികെ വച്ച്, വാട്ടർ ബോട്ടിലിൽ വെള്ളം കലർത്തി വച്ചിരുന്ന റം ഒറ്റവലിക്കു കുടിച്ചു. അടുത്തിരുന്ന സർദാർജി നേർത്ത സംശയത്തോടെ ഒന്നു നോക്കിയിട്ട് വീണ്ടും ഹാർമോണിയത്തിന്റെ സ്വരമധുരിമയിലേക്കു തന്നെ മടങ്ങി. പോക്കറ്റിൽ കയ്യിട്ട് ബേണി എഴുന്നേൽക്കാൻ ശ്രമിച്ചു.

അടുത്ത പാട്ടിനു മുമ്പ് വേദിയിലെത്തണം. എന്നാൽ അതത്ര എളുപ്പമല്ലെന്നു തോന്നി. തലയ്ക്കെന്തോ ഭാരം പോലെ. കണ്ണിനൊരു മൂടൽ. ഇങ്ങനെ തലയ്ക്ക് പിടിക്കാൻ മാത്രം കുടിച്ചിട്ടില്ല. പിന്നെ? കാതിലാണെങ്കിൽ ആ നശിച്ചവന്റെ പാട്ട്. അതെത്രയും പെട്ടെന്ന് ഇല്ലാതാക്കണം.

ബേണി ഈർഷ്യയോടെ വേദിയിലേക്കു നോക്കി. അവന് താൻ അനുവദിച്ചിരുന്ന പാട്ടുകളുടെ എണ്ണമൊക്കെ കടന്ന് അവന്റെ കച്ചേരി നീളുകയാണ്. ഓരോന്നു കഴിയുന്തോറും കയ്യടി. അടുത്തതു തുടങ്ങുന്നതിനു മുൻപുള്ള നിശ്ശബ്ദത. രണ്ടും സഹിക്കാനാവാതെ ബേണി സർവശക്തിയുമെടുത്ത് പാന്റിനുള്ളിലെ കത്തിയിൽ ഇറുക്കിപ്പിടിച്ച് എഴുന്നേറ്റ് കാണികൾക്കിടയിലെ നടവഴിയിലൂടെ ശ്രമപ്പെട്ടു മുന്നോട്ടു നടന്നു. അല്ല, നീന്തി. ഉസ്ദാദ് സഹിർ അലിഖാനും തനിക്കും ഇടയിൽ അയാൾ കണ്ടത് അലകളിളക്കി ഒഴുകുന്നൊരു നദിയാണ്. അതിലെ ഓളങ്ങൾ അയാൾക്കെതിരേ വന്ന് അയാളെ തൊട്ട് വകഞ്ഞ് കടന്നു പോയി. എതിരേ നീന്തിക്കേറാൻ ബേണി നന്നേ ബദ്ധപ്പെട്ടു. മുന്നിൽ പാടുന്ന സഹീർ അലിയെയും മുൻവരിയിൽ അയാളിൽ സ്വയം അലിഞ്ഞിരിക്കുന്ന നിസയെയും മാത്രമേ ഈ ഒഴുക്കിൽ ഇപ്പോൾ കാണുന്നുള്ളൂ. 'ബാക്കിയൊക്കെ ഔട്ട് ഓഫ് ഫോക്കസായതു നന്നായി. കൃത്യമായിട്ട് പണി തീർക്കാം' എന്നു പിറുപിറുത്തും ഒരു വരിയുടെ അറ്റത്തിരുന്ന ഒരാൾ 'പ്ലീസ്' എന്നു പറഞ്ഞ് ഒരു തുണ്ടു കടലാസ് നീട്ടിയത് അലക്ഷ്യമായി വാങ്ങി ഇടത്തേ പോക്കറ്റിൽ തിരുകി വളരെ ക്ലേശിച്ചു തന്നെയും ബേണി വേദിയിലേക്കു നേരേ ചെന്നു.

അത്ഭുതത്തോടെ എന്നാൽ തെല്ല് ആപത്ശങ്കയോടെ നിസ സീറ്റിൽ നിന്നും എഴുന്നേറ്റു. അവളുടെ നെഞ്ചിടിപ്പു കൂട്ടിക്കൊണ്ട് ബേണി അവളെ നോക്കി ക്രൂരമായി ഒന്നു മന്ദഹസിച്ചു. കണ്ണുകളിറുക്കിയടച്ചു. പോക്കറ്റിൽനിന്നതു വലിച്ചെടുത്ത് -ഒരു ആരാധകനെ

എന്നോണം സ്നേഹപൂർവം നോക്കിയ സഹീർ അലിയുടെ നേർക്ക് ആഞ്ഞൊരു നീട്ട്.

അലറിക്കരച്ചിൽ പ്രതീക്ഷിച്ച ബേണി കേട്ടത് സദസ്സിൽ നിന്നുയർന്ന വലിയൊരു ആഹ്ലാദാരവമാണ്. നടുക്കത്തോടെ കണ്ണു തുറന്നപ്പോൾ തബലയിൽ നിന്നും ഹാർമോണിയത്തിൽ നിന്നും ഒരായിരം ശലഭങ്ങളും വർണ്ണത്തുമ്പികളും പറന്നുയർന്ന് ഗാനശാലയിലാകെ പാറിപ്പറക്കുന്നു. ആ തുണ്ടു കടലാസ് ചുരുൾ നിവർത്തി അതിലൂടെ കണ്ണോടിച്ച് സഹീർ അലി ഖാൻ മന്ത്രിക്കുന്നു.-

"ഖഡാ ഹും അബ് വഹീ ബന്ദ് ദർവാസേ പർ
ഖുലേഗീ നാ ദിൽ, കർ ദേഗീ നാ മാഫ്?
ഹം ഥേ നാ ഏക്, പഹലേ?"

(അടഞ്ഞ വാതിൽക്കൽ നിൽക്കയാണിപ്പൊഴും ഞാൻ
പൊറുക്കുമോ, തുറക്കുമോ ഹൃദയം?
ഒരിക്കൽ, നാമൊന്നായിരുന്നല്ലോ?...)

സദസ്സിന്റെ ആരവം ഉച്ചത്തിലായി. എവിടെയും ഏറ്റവുമധികം ആവശ്യക്കാരുള്ള സഹീർ അലിയുടെ അതിപ്രശസ്തമായ ഗസൽ. സദസ്സ് അതു കാത്തിരുന്നപോലെ നീണ്ട കരഘോഷം ഉയർത്തുന്നു. വേദിയിൽ ആകെ കുഴങ്ങി നിൽക്കുന്ന ബേണിയെ എല്ലാ കണ്ണുകളും നന്ദിപൂർവം പൊതിയുന്നു. സഹീർ അലിയുടെ പ്രണയാർദ്രവും വിഷാദഭരിതവുമായ ശബ്ദത്തിലൂടെ ആ വരികൾ ആരെയോ തേടിയെന്നോണം അകലങ്ങളിലേക്ക് ഒഴുകുന്നു.

അപ്പോൾ, വിസ്മയത്തോടെ, അതിലേറെ ആഹ്ലാദത്തോടെ നിസ ബേണിയെ നോക്കി. വലതു പോക്കറ്റിൽ അപ്പോഴും ആ കത്തി ഉണ്ടായിട്ടും തീർത്തും നിരായുധനാക്കപ്പെട്ടതുപോലെ ബേണി നിസയെയും.

■

ഇരുൾപ്പച്ച

കൊല്ലേരിയിൽ വിജയഭാനു ആ ഗർഭസ്ഥശിശുവിനെ കൊന്നു കളയാമെന്നു തന്നെ വച്ചു. എന്നു വച്ചാൽ മകൻ ഉമേഷിന്റെ ഭാര്യ ലീനയുടെ ഉദരത്തിൽ ഉരുവം കൊണ്ടത്. ഇപ്പഴാണെങ്കിൽ പറ്റിയ സമയമാണ്. കരു പിടിച്ചു വരുന്നേ ഉണ്ടാവൂ.

ലീനയ്ക്ക് ഇത് രണ്ടാം മാസമാണ്. 2020 മാർച്ച് 24നാണ് പരിശോധനയിൽ അക്കാര്യം സ്ഥിരീകരിക്കപ്പെട്ടത്. ഒപ്പം തന്നെ ലോക്ഡൗണും വന്നു. തുടർന്ന് ഇന്നാട്ടിലും സൗദിയുൾപ്പെടെയുള്ള മറുനാട്ടിലും നടന്ന കാര്യങ്ങൾ അറിഞ്ഞോ അറിയാതെയോ ലീനയുടെ ഉദരത്തിലെ ഭ്രൂണവും വളർന്നു. ഏഴെട്ടു മാസം കഴിഞ്ഞാൽ അവൾ പ്രസവിച്ചേക്കും. ഉമേഷ് സൗദി അറേബിയയിലാണ്. അവൻ സ്ഥലത്തില്ലാത്തതിന്റെ ഒരു ആശങ്ക ലീനയ്ക്കുണ്ട്. അച്ഛനാകാൻ പോകുന്നു എന്ന വിവരമറിഞ്ഞ പാടെ ഇനിയങ്ങോട്ട് ഏതു നിമിഷവും നാട്ടിലേക്കെത്താൻ വെമ്പി നിൽക്കുകയാണ് ഉമേഷ്. വിമാനങ്ങൾ പറക്കുന്നതു നിർത്തിവച്ചിരിക്കുന്നതുകൊണ്ടാണ് പോരാത്തത്. ഇനി അവിടെ നിന്നിട്ടും കാര്യമൊന്നുമില്ലെന്നാണ് അവൻ പറയുന്നത്. അൽ അൽഹാദി ബിൻ ഫഹദ് മുബാരക് അലി ഫർദാൻ എന്ന അറബി മുതലാളി പലരെയും പിരിച്ചു വിടാൻ ഒരുങ്ങി നിൽക്കുകയാണ്. പോകാതെ നിൽക്കുന്നവർക്കാണെങ്കിൽ തന്നെ ശമ്പളവും കുറയും. എന്നിട്ടും ഉമേഷ് പല തവണ ലീവു ചോദിച്ചു കഴിഞ്ഞിരിക്കുന്നു.

ഇങ്ങോട്ടു വന്നിട്ട് എന്തു ചെയ്യാനാണ് എന്ന ഒരു ചിന്ത അവനില്ലാ എന്നതിലാണ് വിജയഭാനുവിന് ആശങ്ക. പഠിച്ച പഠിത്തത്തിനും അവിടെ കിട്ടിയ വരുമാനത്തിനുമൊത്ത ജോലി തന്നെ വേണമല്ലോ ഇവിടെയും? അതു പെട്ടെന്നു കിട്ടുക എളുപ്പമാണോ? തറവാട്ടിലെ ഒരമ്മാവൻ കാരണവർ പൊങ്ങച്ചം പറഞ്ഞിരുന്ന് ഒടുക്കം മൂച്ചൂടും കിഴക്കൻ ചേട്ടന്മാർക്ക് എഴുതിക്കൊടുത്ത ചരിത്രം ഉമേഷിന് ഓർക്കേണ്ട. പക്ഷേ ബാക്കിള്ളോര് അതോർത്തേ പറ്റൂ. സൗദിയിലെ

ശമ്പളം കൊണ്ടു പോലും കടങ്ങൾ അതും ബ്ലേഡുകാശ് തിരിച്ചു കൊടുക്കാൻ നട്ടം തിരിയുന്നു. വീടും പുരയിടവും ഡിണ്ടിക്കലിലെ പണമിടപാടുകാർക്കു പണയത്തിലാണ്. അവന്റെ അമ്മൂമ്മ, അതായത് വിജയഭാനുവിന്റെ അമ്മ തൊണ്ണൂറാം പിറന്നാളിൽ കുളിമുറിയിൽ വീണ് ഇടുപ്പെല്ലു പൊട്ടി കിടപ്പിലായപ്പോൾ, ദാ ഇപ്പൊ നടത്തിത്തരാം എന്നു പറഞ്ഞ് 'സേക്രട്ട് ഹാർട്ടി'ലെ ഓർത്തോ ഡോക്റ്റർ വെങ്കിടി ശസ്ത്രക്രിയ നടത്തി എഴുന്നേൽക്കാനാവാത്ത വിധമാക്കിയതിന്റെ ചെലവായ ആറു ലക്ഷത്തിനു തുടങ്ങിയ കടം പെരുകി പെരുകി ഇന്ന് ഉടലോടെ കൊണ്ടുപോകുന്നതിന്റെ വക്കിലാണ്. അമ്മയാകട്ടെ അതേ കിടപ്പിൽ തന്നെ പോവുകയും ചെയ്തു. ഉമേഷിനെ അക്കരെ എത്തിക്കാനും നയാപൈസ വരവില്ലാതെ അവനിഷ്ടപ്പെട്ട പെണ്ണിനെ കല്യാണം കഴിച്ചു കൊടുക്കാനും വേണ്ടി വന്ന കടം വേറെ. കൃഷിയിൽ നിന്നു കിട്ടുന്നതു കൊണ്ടു വലിയ തട്ടുകേടില്ലാതെ കഴിഞ്ഞിരുന്ന സ്ഥിതി കോവിഡു വന്ന് കച്ചവടമില്ലാതാക്കിയതോടെ ആകെ തലകീഴായി. ഇന്നിപ്പോ അതുകൊണ്ട് വീട്ടാവശ്യം നടക്കുമെന്നല്ലാതെ.

അതിനിടയിൽ, ആണ് ഉള്ള വരുമാനത്തിൽ അവിടെ അള്ളിപ്പിടിച്ച് നിൽക്കാതെ കൊച്ചുണ്ടായെന്നു പറഞ്ഞു പണിയും കളഞ്ഞു ഉമേഷ് പോരാൻ പോകുന്നത്. കാർഷിക പാരമ്പര്യമുള്ള കുടുംബത്തു പിറന്ന ചെക്കനാണ്. പറഞ്ഞിട്ടെന്തു കാര്യം? ഉള്ളു പൊള്ള. കാമ്പില്ല. സങ്കൽപ്പത്തിലാണ്. പണ്ട് കാരണവന്മാർ പത്തു പതിനേഴു വയസ്സായാൽ ഏത്തവാഴക്കണ്ണെടുത്തു തരും. കുലപ്പിച്ചു കാണിച്ചു കാണിക്ക്എന്നു പറഞ്ഞ്. ഏത്തവാഴ കുലപ്പിക്കാനായാൽ ഒരു പെണ്ണിനെ പൊറുപ്പിക്കാൻ പോന്നവനാണെന്നാണ് അർത്ഥം. അതുകൊണ്ട് ചോട്ടിൽ നിന്നു മാറാതെ എങ്ങനേം കുലപ്പിച്ചെടുക്കും. വെട്ടിയെടുത്ത് 'ദേ കണ്ടോ' എന്ന മട്ടിൽ കാർന്നോർക്കു മുന്നിൽ വച്ചു കൊടുക്കും. അക്കാലം പോയി ഇക്കാലം വന്നപ്പോ തിണ്ണബലമില്ലാതെ പെണ്ണുകെട്ടാൻ ചെക്കന്മാർക്ക് ഒരു മടിയുമില്ലെന്നായി. കൃഷിപ്പണിയൊന്നും അവനെ കൊണ്ടു പറ്റുകയേ ഇല്ല. പറ്റുമായിരുന്നെങ്കിൽ ഉള്ള മണ്ണിൽ ഒരു കയ്യാളായെങ്കിലും കൂടെ നിന്നാൽ മതിയായിരുന്നല്ലോ. പല തവണ പറഞ്ഞതാണ്. ഈ പച്ച പോരേടാ മരുപ്പച്ച തന്നെ വേണോ എന്ന്. കേട്ടില്ല. അതിനിടയ്ക്ക് കുഞ്ഞുകുട്ടി പരിവാരോം കൂടിയായാൽ തികഞ്ഞു. കൊച്ചിനെ കളിപ്പിച്ചിരിക്കാൻ കൊതി പിടിച്ച് ഇവിടെ പണിയും കളഞ്ഞു പോരും. കടം രണ്ടായിരത്തിപ്പതിനെട്ടിലെ വെള്ളം പോലെ ഇരച്ചു കേറും. ബ്ലേഡുകാരുടെ പിള്ളേര് വീട്ടീ കേറി ഇരിക്കും. പിന്നെ കെട്ടിത്തൂങ്ങലേ

വഴിയുള്ളു. ഒരാൾക്കല്ലാ, കുടുംബത്തിനൊന്നാകെ. അതു മൂന്നരത്തരം. അത് ഒഴിവാകണമെങ്കിൽ ചെറുക്കൻ അവിടെ മുരിക്കേലാണെങ്കിലും മുറുക്കിപ്പിടിച്ച് തന്നെ നിക്കണം. ഒന്നൊറച്ചു നിന്നാ പ്രശ്നങ്ങള് അതിന്റെ പാട്ടിന് പൊക്കോളും. അതുപോലെ തന്നെ ഉടനെ ഓടിപ്പോരാൻ അവന് തോന്നാൻ മാത്രമൊന്നും ഇവടേം ഒണ്ടാകരുത്. അതിന് ഈ കുരുത്തത് ഇല്ലാതാവണം. ഒരു കുടുംബം മൊത്തം മരിക്കേണ്ടി വരുന്നതിലും ഭേദമല്ലേ.

ഭവിഷ്യത്തുകൾ അങ്ങനെ പലതും ഓർത്തോർത്ത് വിജയഭാനുവിന്റെ ഉള്ളിൽ തീയെരിയാൻ തുടങ്ങി. ഭാര്യ ചന്ദ്രമതിയോ ലീനയോ കാണാതെ അയാൾ ലീനയുടെ ഉദരത്തെ ആശങ്കയോടെ നോക്കി.

അസ്വസ്ഥത സഹിക്കാനാവാതെയായപ്പോൾ അയാൾ ചന്ദ്രമതിയോട് അതു തുറന്നുതന്നെ പറഞ്ഞു.

''അവളോട് അതിനെയങ്ങു കളയാൻ പറയ്.'' ചന്ദ്രമതി അമ്പരന്നു.

''നിങ്ങൾക്കിത് എന്തിന്റെ കേടാ? അല്ലെങ്കിൽ നിങ്ങൾക്കെന്തു കാര്യം ഇതു പറയാൻ? അവളോ അവനോ നിങ്ങളിങ്ങനെ പറഞ്ഞു എന്നെങ്ങാനും അറിഞ്ഞാൽ–?''

അന്നേരം വിജയഭാനുവിന് ഉള്ള കാര്യം പറയാമായിരുന്നു. പക്ഷേ പറഞ്ഞില്ല. ചന്ദ്രമതിയോടു പറഞ്ഞിട്ടു കാര്യമില്ല എന്നറിയാവുന്നതുകൊണ്ടാകും. ഇപ്പഴും നാട്ടിലെന്താ നടക്കുന്നത്, നാടെങ്ങോട്ടാ പോകുന്നത് എന്നൊന്നും അവൾക്കു ഉണ്ടോ വിചാരം. ഓരോരോ പണികൾക്കു വിളിക്കുമ്പോൾ ഇന്നൊക്കില്ല, നാളേം പറ്റില്ല, ഒരാഴ്ച കഴിയട്ടെ എന്നൊക്കെ പറഞ്ഞ് ഏറെ പിന്നാലെ നടത്തിച്ചിട്ടുള്ള പൈലി മേസ്തിരിയും പ്ലംബർ സത്താറും ലൈറ്റ് രാജപ്പനും ഒക്കെ പണി വല്ലതുമൊണ്ടോ മൂത്താരേന്നു ചോദിച്ച് വീട്ടു പടിക്കൽ നിന്നു മാറുന്നില്ല. ചന്തയിലെ വലിയ തുണിക്കടയായിരുന്ന പ്രഭാ സിൽക് സെന്റർ ഷട്ടറിട്ടു. രണ്ടു ബസ്സുണ്ടായിരുന്ന അൽഫാ മോട്ടോഴ്സിന്റെ പരീതുപിള്ള അതൊക്കെ വിറ്റ് കടം ഒന്നൊതുക്കി ഓട്ടോ ഓടിച്ചിട്ടും ഗതി പിടിക്കാതെ പമ്പിൽ പെട്രോളടിക്കാൻ മണിക്കൂറു കൂലിക്കു നിൽക്കുന്നു. ഇതേ പുരയിടത്തിന്റെ തന്നെ അങ്ങേയറ്റത്തെ അതിരിലിട്ട മരച്ചീനിയിൽ നിന്ന് അതിനപ്പുറത്തുള്ള സുകുമാരന്റെ ഭാര്യ ബീന ഒളിച്ചും പാത്തും വന്ന് ഒന്നോ രണ്ടോ മൂട് പിഴുതു കൊണ്ടു പോകുന്നു. അത് കണ്ടിട്ടും കാണാത്ത പാങ്ങിനു നിന്നത് അവളുടെ കണ്ണിൽ രണ്ടു പിള്ളേരടങ്ങുന്ന കുടുംബത്തിന്റെ വിശപ്പു നിന്നു കത്തുന്നതു കണ്ടിട്ടുതന്നെയാണ്. സുകുമാരൻ ടൂറിസ്റ്റ് ബോട്ട് ഓടിക്കുന്നവനായിരുന്നു. ഇപ്പോഴെന്തു ടൂറിസം!

ഇതൊന്നും കാണാതെ കേക്കാതെ ഒഴിച്ചുകൂട്ടാനും മെഴുക്കു പുരട്ടിയതും അരച്ചുകലക്കിയതും തേങ്ങയൊതുക്കിയതുമൊക്കെയായി കറി നാലെണ്ണമെങ്കിലും ഉച്ചവരെ വച്ചുണ്ടാക്കിയില്ലേ ചന്ദ്രമതിക്ക് ഒരു പൊറുതിയുമുണ്ടാവില്ല. അതിനുള്ള പാങ്ങില്ലാതായി, പറമ്പിൽ തേങ്ങ പൊട്ടാതായി, പലിശത്തവണ പല തവണ പലപ്പോഴായിട്ട് മുടങ്ങി, കൂട്ടു പലിശയിലോടാൻ തുടങ്ങിയേ പിന്നെ മുതലിലേക്ക് നാലണ ചെല്ലുന്നില്ല. ഇതൊന്നും അവളോടു പറഞ്ഞിട്ടും കാര്യമില്ല, ഇനി കേട്ടാൽ തന്നെ ഓ, പിന്നെ അതൊക്കെയങ്ങു നടന്നോളുമെന്ന് പറഞ്ഞു തിരിഞ്ഞങ്ങു പോവുകയേ ഉള്ളൂ. അല്ല, അങ്ങനെയൊരു പൊട്ടധൈര്യമുണ്ടാവുന്നതും ഒരു ഭാഗ്യമാണ്. ബാക്കിയുള്ളവനാണേ എല്ലാം ഉള്ളിലൊതുക്കി തല പഴുത്തു തുടങ്ങി. ആരോടെങ്കിലും പറയാനൊക്കോ? കൊല്ലേരി തറവാട്ടിൽ പിറന്നവനല്ലേ...

അങ്ങനെ വിജയഭാനു ഓരോന്ന് ഉള്ളിലൊതുക്കിയൊതുക്കി ഒടുക്കം ഒന്നും ഒട്ടും ഒതുങ്ങാതെയായി. ആകെ നില തെറ്റിയ നേരത്ത് പെട്ടെന്ന് ഒരാശയം തോന്നി പറമ്പിലുണ്ടായ അണ്ണാറച്ചക്ക- വീട്ടിലേതാവുമ്പോ മധുരം കൂടുമെന്നു പ്രത്യേകം പറഞ്ഞ് - സ്വയം മുറിച്ച് കഷണങ്ങളാക്കി ലീനയെ കൊണ്ടു കഴിപ്പിക്കാൻ ഒരു ശ്രമം നടത്തി. പുളിയുള്ള എന്തിനോടും കൊതി തോന്നിയിരുന്നതുകൊണ്ട് അതിൽ കൈവയ്ക്കാൻ പോയ ലീനയെ ''പൊട്ടീ..'' എന്നു വിളിച്ചു കൊണ്ട് എവിടുന്നോ ഓടി വന്ന ചന്ദ്രമതി ആ പാത്രം തട്ടിപ്പറിച്ച് അപ്പാടെ പുറത്തേക്കെറിഞ്ഞു.

ഒടുക്കം ഗതികെട്ട് അയാൾ ലീനയോടു തന്നെ നേരിട്ടു പറഞ്ഞു-

''മോളേ, തൽക്കാലമിതു വേണ്ടെന്നു വയ്ക്ക്.''

ഷേയ്ക്കു ചെയ്യാൻ കറ്റാർ വാഴക്കഷണങ്ങൾ മിക്സിയിലേക്കിടുന്നതിനിടയിൽ ലീന അന്തം വിട്ട് നിന്നു പോയി. ''ഇക്കാര്യം നീ അവനോടു പോലും പറയേണ്ട, അതങ്ങു പോയീ എന്നു പറഞ്ഞാൽ മതി'' എന്നു കൂടി വിജയഭാനു പറഞ്ഞപ്പോൾ ശരിക്കും ലീനയ്ക്കു തല കറങ്ങി.

വീഡിയോ കോളിനിടയിൽ ലീന ഉമേഷിനോട് ഇക്കാര്യം സൂചിപ്പിച്ചു. അതു കേട്ടപാടെ ഉമേഷ് തിളച്ചു.

''ഞാനന്നേ പറഞ്ഞതല്ലേ നിന്നൊടു വീട്ടീ പൊക്കോളാൻ. കേട്ടോ? ഇപ്പൊ അനുഭവിക്ക്. ഇനി അച്ഛൻ പറഞ്ഞതു കേട്ടിട്ട് എന്റെ കൊച്ചിനെ എങ്ങാനും കളഞ്ഞാ-''

ലീന കരഞ്ഞു കാലു പിടിച്ചു പറഞ്ഞതുകൊണ്ട് ഉമേഷ് അച്ഛനെ വിളിച്ചു ചീത്ത പറഞ്ഞില്ല. അമ്മയോടും അറിഞ്ഞ മട്ടു ഭാവിച്ചില്ല.

തുടർന്ന് ഈ വിഷയം വീട്ടിലാരും സംസാരിച്ചില്ല. എന്തിനാണ്, എന്തുകൊണ്ടാണ് വിജയഭാനു ഇങ്ങനെയൊരു കാര്യം ആവശ്യപ്പെട്ടതെന്ന ചോദ്യം മാത്രം ലീനയുടെയും ഉമേഷിന്റേയും ഉള്ളിൽ ഇടയ്ക്കിടെ മിന്നിമറഞ്ഞതല്ലാതെ.

ചന്ദ്രമതി മാത്രം അത് അപ്പഴേ വിട്ടു. (''അങ്ങേർക്ക് അല്ലെങ്കിലുമതേ, കായലിന് അക്കരെ തുടലിട്ടു നിർത്തിയിരിക്കുന്ന പട്ടി തുടലു പൊട്ടിക്കുകേം കായലങ്ങോട്ടു വറ്റിപ്പോകേം ചെയ്താ പട്ടി വന്ന് കടിച്ചതുതന്നെ എന്നുറപ്പിച്ച് ഇക്കരേന്ന് ഓട്ടം പിടിക്കുന്ന പ്രകൃതമാണ്. മോളതു കാര്യമാക്കേ വേണ്ട.'')

വിജയഭാനുവും കരുതി, ഒന്നു പിൻവാങ്ങി നിൽക്കുന്നതാണ് നല്ലത്. ഏതായാലും നേരായ വഴിക്കേ നീങ്ങിയിട്ടുള്ളൂ. അതിനു ഫലമുണ്ടായില്ല. എന്നാൽ പിന്നെ ചെകുത്താന്റെ വഴി നോക്കാം. നോക്കണം. നോക്കിയേ പറ്റൂ.

ലീനയുടെ മെല്ലെ തിടം വച്ചു വരുന്ന ഉദരവും അതിനുള്ളിലെ ജന്മവും വിജയഭാനുവിനെ പുകച്ചുകൊണ്ടിരുന്നു. അതിന്റെ പാർശ്വഫലമെന്നോണം വെറ്റിലയും ചേനയും ചേമ്പും കപ്പയും ഏത്തവാഴയുമൊക്കെയുള്ള അയാളുടെ കൃഷിയിടത്തിലാകെയും ഒരു മ്ലാനത പരന്നു. വെട്ടം വയ്ക്കുന്നതു മുതൽ രാവന്തി വരെ ഓരോ നടുതലയ്ക്കിടയിലൂടെയും നടന്നും തൊട്ടും നനച്ചും വളമിട്ടും ഒക്കെ നടന്നിരുന്ന വിജയഭാനുവിനെ ഇപ്പോൾ നനയ്ക്കാൻ മാത്രമേ പറമ്പിൽ കാണുന്നുള്ളൂ. അതും നേരം തെറ്റിയുള്ള നന. വിളകൾ കഷ്ടിച്ചു വെള്ളം കുടിച്ചു കിടക്കുന്നു എന്നു മാത്രം. അയാൾക്കെന്തോ പറ്റിയിട്ടുണ്ടെന്ന് വാഴയ്ക്കും ചേമ്പിനും ചേനയ്ക്കുമെക്കെ മനസ്സിലായിട്ടുണ്ടെന്നു കരുതണം. ഉണ്ടായിരിക്കുന്ന ഏതോ മനോവിഷമത്തിൽ നിന്നും അയാൾ ഉടനേ കര കയറുമെന്ന പ്രതീക്ഷയിൽ ഓരോ വിളകളുടെ തലപ്പും പറമ്പിനറ്റത്തുള്ള ജാതി മരങ്ങൾ നിറഞ്ഞ പുരയിടത്തിലെ ആ പുരാതനത്വമുള്ള വീടിനു നേർക്ക് നോക്കി നിൽക്കുകയാണ്. ഇങ്ങനെ പോയാൽ ഇത്തവണ വിളവു കുറയുമല്ലോ വിജയഭാനുച്ചേട്ടാ, ബാങ്കിലും മറ്റും നിങ്ങൾക്കുള്ള കടഭാരം കുറയ്ക്കാൻ അല്ലെങ്കിലേ ഞങ്ങളെക്കൊണ്ടു കഴിയില്ലെന്നിരിക്കെ, ഈ ഒറ്റ സീസൺകൊണ്ടുതന്നെ നിങ്ങൾ വലിയ ബാദ്ധ്യതയിലാകുമല്ലോ... എന്നൊക്കെ അവ പറഞ്ഞു കാണണം.

അതു കേട്ടിട്ടോ എന്തോ വിജയഭാനു സ്വയം തിരിച്ചു പിടിച്ചു. വികാരം മാറ്റി വച്ച് തന്ത്രപൂർവം നീങ്ങാൻ തന്നെ തീരുമാനിച്ചു. തന്നെയുമല്ല, പരമ്പരാഗതമായി തന്നെ ജീവിതത്തിൽ എന്തു തട്ടുകേടുണ്ടായപ്പോഴും ചതിക്കാതെ കൂടെ നിന്ന വിളകളാണ് കവുങ്ങും

ജാതിയും തെങ്ങുമുൾപ്പെടെ അയാൾക്കുള്ളത്. അതുങ്ങളുടെ ശാപം തലയ്ക്കു പിടിക്കാനിടവരരുത്. ഇപ്പോൾ തന്നെ ഈ ലോക്ഡൗണിൽ ഒരു കടയും തുറന്നിട്ടില്ലെങ്കിൽ പോലും വീട്ടിലിപ്പോഴും അരിയുണ്ട്. പച്ചക്കറിക്കും മുളകിനും കോഴി-താറാമുട്ടകൾക്കും ചന്ദ്രമതിയോ ലീനയോ പാത്രവും മുറവും കൊണ്ടു പുരയിടത്തിലേക്ക് ഇറങ്ങിയാൽ മതി. അയലത്തുള്ളവരും ബന്ധത്തിൽ പെട്ടവരും ഒക്കെ അച്ചിങ്ങയും പാവയ്ക്കയും പച്ചമുളകും ചോദിച്ചു വരുന്നുണ്ട്. വേണ്ടത്ര പൊട്ടിച്ചു കൊടുക്കുന്നുണ്ട്. ചിലരൊക്കെ കാശ് വാങ്ങാൻ നിർബന്ധിക്കും. വാങ്ങിയില്ലെങ്കിൽ വച്ചിട്ടു പോകും. ആഴ്ചച്ചന്തയും അടഞ്ഞു കിടക്കുന്നതുകൊണ്ട് വെറ്റിലയും വാഴയിലയും എടുക്കാൻ ആളില്ലാ എന്നതൊഴിച്ചാൽ ഈ കോവിഡു കാലത്ത് വിജയഭാനുവിനെയും കുടുംബത്തെയും അയൽവക്കങ്ങളെയും പട്ടിണിയില്ലാതെ കാത്തുപോന്നത് പറമ്പിലെ നടുതലകൾ മാത്രമാണ്. അവയെ മറന്നു പോയത് ശരിയായില്ല എന്നുതന്നെ ഏറ്റുപറഞ്ഞുകൊണ്ട് വിജയഭാനു കൃഷിയിടത്തിൽ വീണ്ടും സജീവമാകുകയും നേർത്ത മരവിപ്പിൽ നിന്നിരുന്ന വാഴയും ചേമ്പും പാവലുമൊക്കെ ഉള്ളിൽ ഹർഷാരവമിട്ട് ചിനപ്പു പൊട്ടി തളിർക്കുകയും ചെയ്തു.

എങ്കിലും ലോക്ഡൗൺ നീങ്ങുകയും വാഴത്തലപ്പുകൾക്കിടയിലൂടെ പല കഷണങ്ങളായി കാണപ്പെട്ട വെളുത്ത ആകാശത്തുകൂടെ ആദ്യത്തെ വിമാനം മുരണ്ടുകൊണ്ട് കടന്നുവരുന്നതു കാണുകയും ചെയ്തപ്പോൾ വിജയഭാനുവിന്റെ അസ്വസ്ഥത ഏറി. ഇനി വരുന്ന ഏതു വിമാനത്തിലും ഉമേഷ് ഉണ്ടാകാം എന്നയാൾക്കു തോന്നി. നോർക്കയിൽ റജിസ്റ്റർ ചെയ്തിട്ടേ ഉള്ളൂ, ഉടനേ വരാൻ ഇടയില്ലാ എന്ന് തൽക്കാലം ആശ്വസിക്കാമെന്നു മാത്രം. ലീന പ്രസവിക്കാറാവുമ്പോഴോ, പ്രസവിച്ച ഉടനെയോ അവൻ എത്താം. എത്തുമെന്ന കാര്യം ഉറപ്പാണ്. അത്രയ്ക്ക് ആവേശത്തിലാണ് ചെക്കൻ എന്നത് ലീനയുടെ സംസാരത്തിൽ നിന്നറിയാം. നാട്ടിലേക്കു പോകാൻ ഇപ്പോൾ കമ്പനി സമ്മതം കൊടുത്തിരിക്കുന്നു. തിരികെ ചെല്ലേണ്ടതില്ലെന്നു കൃത്യമായി തന്നെ പറഞ്ഞുകൊണ്ട്.

പണി പോയാലും ശരി, പ്രസവത്തിനു രണ്ടു ദിവസത്തിനു മുമ്പെങ്കിലും എത്തിയിരിക്കും എന്നാണ് ഉമേഷ് പറഞ്ഞിരിക്കുന്നതെന്ന് അടുക്കളയിൽ നിന്നുള്ള സംസാരത്തീലൂടെ വിജയഭാനു കേട്ടു.

അടുക്കളയിൽ സന്തോഷം തിരതല്ലുകയാണ്. അമ്മയും മകളും ഉമേഷിന് ഇങ്ങോട്ടു വരാനാവും എന്നതറിഞ്ഞതോടെ വറക്കലും പൊരിക്കലും ഇപ്പഴേ തുടങ്ങിക്കഴിഞ്ഞു. ''എന്റെ കുഞ്ഞ് അവിടെ എന്തു കഴിക്കുന്നോ എന്തോ, അവന്റെ തടീം നെറോം ഒക്കെ പോയിരിക്കുന്നു. ഇങ്ങോട്ടു വന്നിട്ടു വേണം ഒക്കെയൊന്നു നേരേയാക്കി

എടുക്കാൻ.'' അടുപ്പത്ത് കരിമീൻ മറിച്ചിട്ടു കൊണ്ടു ചന്ദ്രമതി കണ്ണു തുടയ്ക്കുന്നത് ജനാലയ്ക്കു പുറത്തു നിന്ന് വിജയഭാനു കണ്ടു.

''അതെ അമ്മേ. നാട്ടിൽ വന്നിട്ട് പണിയൊന്നുമില്ലാതെ പട്ടിണിയായാലും സാരമില്ല ഉയിരോടെ ആളൊന്നു വന്നു കണ്ടാൽ മതി'' എന്നു ലീന പറയുന്നതും കേട്ടു. ഈയിടെ ആളെക്കുറിച്ച് വിചാരപ്പെടുമ്പോഴൊക്കെ അടിവയറ്റിനകത്ത് ഒരു കുതിപ്പു തുടങ്ങീട്ടുണ്ടെന്നു തോന്നുന്നു. ''എങ്ങനേലും വേഗം ഇങ്ങു വാ. ദേ അച്ഛനെവിടേന്ന് കൊച്ചു ചോദിച്ചു തുടങ്ങി' എന്ന് ലീന കഴിഞ്ഞ ദിവസം വീഡിയോ കോളിൽ ഉമേഷിനോടു പറഞ്ഞു.

ഇപ്പോൾ അവന് അവിടെ പാതി ശമ്പളമേയുള്ളൂ. ഭക്ഷണം രണ്ടു നേരമാക്കി. ജോലി ഷിഫ്റ്റ് വച്ച് ഒന്നിട വിട്ട ദിവസങ്ങളിലാണ്. ആകപ്പാടെ ഉള്ള സന്തോഷം ഉമ്മറത്തെ തിണ്ണയിൽ ഒരു കുഞ്ഞു നീന്തി തുടിച്ചുനടക്കുന്നത് കാണാൻ പറ്റുമല്ലോ എന്ന വിചാരമാണ്. ''അതു കാണാറാവുമ്പോ ഞാനങ്ങു വരും. പണി പോണേ പോട്ടേ..'' അതു കേട്ടപ്പോൾ അമ്മയ്ക്കും മരുമോൾക്കും വലിയ ഉത്സാഹമായി. എങ്ങാനും വിമാനത്തിന്റെ ഇരമ്പം കേട്ടാൽ ചന്ദ്രമതി മുറ്റത്തിറങ്ങി വരണ്ട ആകാശത്തേക്കു നെറ്റിയിൽ കൈ വച്ചു നോക്കി നിന്ന് ശ്രീ ബാലഗോപാലനെ മനസാ ധ്യാനിച്ച് മനമുരുകി പ്രാർഥിക്കും. ''എന്റെ കുഞ്ഞിനെ കുഴപ്പമൊന്നും കൂടാതെ ഈ മണ്ണിലിറക്കിത്തരണേ ബാലഗോപാലാ...''

ബാലഗോപാലൻ ഈ കരയോഗത്തിലെ ഒരുപാടു കുടുംബങ്ങളിൽ സന്താനഭാഗ്യമനുഗ്രഹിച്ച് ചൈതന്യത്തോടെ അരുളുന്ന ദിവ്യ തേജസ്സാണ്.

ബാലഗോപാലവിഗ്രഹത്തിന്റെ തൃക്കയ്യിൽ തന്നെ വെണ്ണയും കദളിപ്പഴവും വച്ച് വിജയഭാനു ലീനയുടെ ഉദരം സങ്കൽപ്പിച്ച് അതിനു മുന്നിൽ നിന്ന് ദയനീയമായി കേണു: ''മക്കളേ തിരിച്ചു പോ. ഇതു നിനക്കു വരാൻ പറ്റിയ കാലമല്ല. കാലൻ വിളയാടിക്കൊണ്ടിരിക്കുകയാണ്. പല രീതിയിൽ. ഇന്നെങ്കിലിന്ന് നീ പോയില്ലെങ്കിൽ നിന്നെ എനിക്ക് പറഞ്ഞു വിടേണ്ടി വരും.''

പെട്ടെന്നൊരു അശരീരി കേട്ടു: ''പോകാനല്ല. കൊണ്ടുപോകാനാ വന്നത്.''

ആരെ എന്ന മട്ടിൽ വിജയഭാനു ചുറ്റും നോക്കി.

''നിങ്ങളെതന്നെ. ''

പിറകിൽ നിന്നോ പ്രപഞ്ചത്തിന്റെ അദൃശ്യതയിൽ നിന്നോ ആണ് അതു കേട്ടതെന്ന് വിജയഭാനുവിനു തോന്നി. ഒരു കുഞ്ഞിന്റെ

ശബ്ദമായിരുന്നു അത്. അല്ലാ, ഒരു കുഞ്ഞിന്റെ ശബ്ദത്തിൽ വന്ന ഒരു സന്ദേശമാണത്. വിപദ് സന്ദേശം.

മടക്കത്തിലും വീട്ടിലെത്തിയിട്ടും രാത്രിയിലും തുടർന്നുള്ള ദിവസങ്ങളിലും വിജയഭാനു അതിനെക്കുറിച്ചുതന്നെ ചിന്തിച്ചു. ചിന്തയുടെ ഭാഗമായി വന്ന പല പല ഓർമ്മകളിൽ പത്തു നാൽപ്പതു വർഷം മുമ്പ് പാരലൽ കോളേജിൽ കൂടെ പഠിച്ചിരുന്ന പുഷ്പയെ ഓർമ്മ വന്നു.

പുഷ്പയുടെ അച്ഛനും അമ്മയും കൃഷിപ്പണിക്കും അടുക്കളപ്പണിക്കും തറവാട്ടിലേക്കു പോരുന്ന തക്കത്തിന് അവളുടെ പുറമ്പോക്കു വീട്ടിലേക്കു ചെന്നു കയറിയിരുന്നത് ഓർമ്മ വന്നു. അങ്ങനെയങ്ങനെ ഒടുക്കം അവളെയും കൊണ്ട് വടക്കൊരു മലയോരത്തെ കള്ളവൈദ്യരുടെ അടുത്തു പോകേണ്ടി വന്നതും എല്ലാം കഴിഞ്ഞ് രക്ഷപ്പെട്ടല്ലോ എന്നോർത്ത് ആശ്വസിച്ചപ്പോൾ–

''ഞാൻ നിങ്ങട ജാതീ ഒള്ളവളായിരുന്നെങ്കി നിങ്ങ ഇത് ചെയ്യിക്കോയിരുന്നാ?'' എന്ന് അവൾ അളന്നുകുറിച്ചു ചോദിച്ചതും ഓർമ്മ വന്നു.

അതോടെ വിജയഭാനുവിന് ഉറപ്പായി. വിത്ത് അതു തന്നെ. അതും ശൂദ്രവിത്ത്. കൊല്ലേരി തറവാടിനോടു തന്നെ കണക്കു തീർക്കാൻ തറവാട്ടിലെ പെണ്ണിൽ തന്നെ കുരുത്തിരിക്കുകയാണ്. ഈ കോവിഡു തന്നെ അഴിച്ചുവിട്ടതും ഈ വിത്തായി കൂടെന്നില്ല. അതുകൊണ്ടാണല്ലോ ഉമേഷിന്റെ ജോലി പ്രശ്നമായിരിക്കുന്നതും ഇനി കൊച്ചിന്റെ പേരിൽ ലീവെടുത്തു പോന്നാൽ തന്നെ തിരികെ ചെന്നിട്ടു കാര്യമില്ലാത്ത സ്ഥിതി വന്നതും. മൊത്തത്തിൽ പറഞ്ഞാൽ ശൂദ്രൻ കണക്കു തീർക്കാൻ ഒരുങ്ങിത്തന്നെ വരികയാണ്. ആ നിലയ്ക്കു സൂക്ഷിക്കണം. വളരെ വളരെ സൂക്ഷിക്കണം. ഇല്ലേ മുച്ചൂടും മുടിയും. അതുകൊണ്ട് ഇനി...

അറ്റകൈ. വിജയഭാനു ഉറപ്പിച്ചു.

ഇതുപോലുള്ള ആവശ്യത്തിന് പല പല നാട്ടുരീതികൾ പറഞ്ഞു കേട്ടിരുന്നതിൽ ചിലത് അയാൾക്ക് ഓർമ വന്നെങ്കിലും അതിനു വേണ്ട കൂട്ടിനെ പറ്റി ഒരു ധാരണയായില്ല. വെറുതെ എന്തെങ്കിലും ചെയ്യാൻ പാടില്ലല്ലോ. മരുമകളുടെ ജീവനെ കൂടി ബാധിക്കുന്ന കാര്യമല്ലേ. ഇതിന്റെ പേരിൽ ആരെയെങ്കിലും കൂടെ കൂട്ടുന്നതും അപകടമാണ്. അമ്മയുടെ വകയിൽ പെട്ട ഒരു വല്ല്യപ്പൂപ്പൻ ഉണ്ടായിരുന്നു. ചില്ലറ നാട്ടു വൈദ്യങ്ങളൊക്കെ അറിയുന്നയാളായിരുന്നു. പ്രധാന ചികിത്സ ഇതു തന്നെയായിരുന്നു. അക്കാലത്ത് ഒരുപാട് സ്ത്രീകളെയും വലിയ വീടുകളിലെ മാനം മര്യാദയുള്ള പുരുഷന്മാരെയും അങ്ങേര് അവമതിയിൽ നിന്നു രക്ഷിച്ചിട്ടുണ്ടത്രെ. മരിക്കാൻ

കാലമായപ്പോഴേക്കും തറവാട്ടിലേക്കു വന്ന് പത്തായപ്പുരയിൽ കിടന്ന് ഇരുപത്തിയൊന്നു ദിവസം തുള്ളി മൂത്രം പോകാതെ അടിവയറു പൊത്തി പയറുപോലെ ചുരുണ്ടുകിടന്ന് ഉറക്കെ അലറിക്കരഞ്ഞാണ് മരിച്ചത്. അങ്ങേരുടെ ചില ലിഖിതങ്ങളും വെള്ളെഴുത്തു കണ്ണാടിയും കൊത്തുവേലകളുള്ള തടിമേശയും ഒരു കൗതുകം തോന്നി ഇങ്ങോട്ടെടുപ്പിച്ചത് എത്ര നന്നായി എന്ന് വിജയഭാനുവിനു തോന്നി.

മാറാമ്പൽ, പാറ്റ, തേള്, പല്ലി, മരപ്പട്ടിക്കാട്ടം, പത്തിരുപതു വർഷത്തെ പൊടി, മൂഷികമൂത്രത്തിന്റെ മുശുക്കുമണം അങ്ങനെ പലതുമുള്ള ആ മച്ചിൽ ഒരു രണ്ടുരണ്ടര മണിക്കൂർ ചെലവിട്ടപ്പോൾ വിജയഭാനുവിന്റെ മുഖം ഒന്നു തെളിഞ്ഞു.

നൂറ്റാണ്ടു പഴക്കം തോന്നിക്കുന്നൊരു കുത്തു വിട്ട പുസ്തകത്തിൽ, തൊട്ടാൽ പൊടിയുന്ന കടലാസിൽ, ഏതോ കാലത്തെ മഹാപ്രളയത്തിന്റെ വിവരണങ്ങൾ കോറിയിട്ടിരുന്നതിന്റെ കൂട്ടത്തിൽ കിട്ടിയ ഒരു മരുന്നു കൂട്ടുമായി വിജയഭാനു ഇരുപത്തിയൊന്നാം നൂറ്റാണ്ടിലേക്കു തിരികെ വന്നത് മൃതസഞ്ജീവനിയോ അമൃതോ കൈവന്ന സന്തോഷത്തോടെയാണ്. ചമ്മന്തിയിലോ മെഴുക്കുപുരട്ടിയിലോ അനായാസമായി ചേർത്ത് അകത്തെത്തിച്ചാൽ മാത്രം മതിയാവുന്ന വളരെ ലളിതമായ ഒരു മരുന്നു കൂട്ട്. അതിനുവേണ്ട ചേരുവകളിൽ 'അണലിവേഗം' എന്ന സസ്യം ആണ് വിജയഭാനുവിന് ഇനി വേണ്ടിയിരുന്നത്. കടയോടെ വേണം. പച്ചയ്ക്കു തന്നെ. ബാക്കിയൊക്കെ പച്ചമരുന്നുകടയിൽ നിന്നോ ആയുർവേദകേന്ദ്രങ്ങളിൽ നിന്നോ ഒപ്പിക്കാവുന്നതേയുള്ളൂ.

ആ ദിവസങ്ങളിൽ പലരോടുമായി ചോദിച്ചു ചോദിച്ച് ഒടുവിൽ അണലിവേഗം ഉണ്ടാകാനിടയുള്ള സ്ഥലം വിജയഭാനു കണ്ടെത്തി. അയാളുടെ വീടിനു എട്ടുകിലോമീറ്റർ മാറിയുള്ള ചുരുളിപ്പുഴയുടെ തീരത്തെ കൊടും വളവിനടുത്ത് പണ്ടുണ്ടായിരുന്ന പാലപ്പിള്ളി മനക്കാരുടെ ലേശം പറമ്പ് അവകാശത്തർക്കത്തിൽ കിടക്കുന്നുണ്ട്. മനയിലെ വൈദ്യ തലമുറയുടെ അവസാനകണ്ണിയായിരുന്ന ഒരു നമ്പൂതിരിക്ക് അവിടെ ഔഷധത്തോട്ടം ഉണ്ടായിരുന്നു. അതിന്റെ ശേഷിപ്പിൽ പലതും കാടുപിടിച്ചു കിടക്കുന്നുണ്ടെന്നും അക്കൂട്ടത്തിൽ സാധനമുണ്ടെന്നും ആമി വൈദ്യരുടെ മരുന്ന് അരപ്പുകാരനായിരുന്ന ചിന്നപ്പനാശാൻ പറഞ്ഞതനുസരിച്ച് വിജയഭാനു അവിടെ ചെന്നെത്തി. നട്ടുച്ച നിന്നു കത്തുന്ന നേരം.

പുഴയോരത്ത് വിജനതയിൽ, കൽപ്പൊടി നിറമുള്ള മണ്ണിൽ വലിയൊരു പച്ചപ്പ്. പടർപ്പുകളും കുറ്റിച്ചെടികളും തിങ്ങിയ അസാമാന്യമാം വിധം തണുപ്പും വേർതിരിച്ചറിയാനാവാത്ത സുഗന്ധങ്ങളുമുള്ള

ഒരിടം. വലിയൊരു ആവേശം വിജയഭാനുവിന്റെ അറുപതാണ്ടിനടുത്ത ബലിഷ്ഠമായ ആകാരത്തിലും തിളങ്ങുന്ന കണ്ണുകളിലും കാണാമായിരുന്നു. അണലിവേഗം കൂടി കിട്ടിയാൽ നാളെ അതികാലത്തേ ഉണ്ടാക്കുന്ന മരുന്ന് പ്രാതലിനൊപ്പം ലീനയുടെ ഉദരത്തിലേക്ക് അവൾ പോലുമറിയാതെ കടന്നു ചെല്ലുകയും ആ പെലക്കള്ളിവിത്തിന്റെ പുനർജന്മത്തെ വേരോടെ പിഴുത കളയുന്നതും, കടം കയറി കൊള്ളപ്പലിശക്കാരുടെ ആട്ടും തുപ്പും കേട്ട് മനം മടുത്ത് വിഷം കഴിച്ചോ കെട്ടിത്തൂങ്ങിയോ ഉള്ള കൂട്ട ആത്മഹത്യയിൽ നിന്നും ചന്ദ്രമതിയും ഉമേഷും ലീനയും താനും രക്ഷപ്പെടുന്നതും മനസ്സിൽ കണ്ട് അയാൾ കൂടുതൽ ഉത്സാഹത്തോടെ അണലിവേഗം തിരഞ്ഞുകൊണ്ടിരുന്നു. ചിന്നപ്പനാശാൻ വരച്ചു നൽകിയ അണലിവേഗത്തിന്റെ ഇലയുടെയും കൂമ്പിന്റെയും രേഖാചിത്രം ഒരു കയ്യിൽ പിടിച്ചും മറുകയ്യിലെ നീണ്ട ചൂരൽ കമ്പു കൊണ്ട് ഓരോ പച്ചയും പടർപ്പും മാറ്റി നീക്കിയും വിശാലമായ ആ പറമ്പിന്റെ മധ്യത്തിലേക്കയാൾ എത്തി. ഒന്നു നിന്ന്, നിവർന്ന് വിയർപ്പു തുടച്ചു ചുറ്റും നോക്കിയപ്പോൾ ഒരു പച്ചസമുദ്രത്തിനു നടുവിലാണ് താനെന്നയാൾ കണ്ടു. വൃത്താകാരത്തിൽ കണ്ണിനറ്റം വരെയും പരന്നുകിടക്കുന്ന കര കാണാപ്പച്ച.

നേർത്ത ഒരമ്പരപ്പ് അയാളെ ബാധിച്ചുവെങ്കിലും പെട്ടെന്നു മുന്നോട്ടു വയ്ക്കാനാഞ്ഞ കാലിനടുത്ത് തേടി നടന്നതു കണ്ടപ്പോൾ അത്... അതു തന്നെയെന്നറിഞ്ഞപ്പോൾ വിജയഭാനുവിനുണ്ടായ സന്തോഷം.

തന്റെ കുടുംബത്തെ ഒന്നാകെ മരണവക്ത്രത്തിൽ നിന്നു രക്ഷിക്കാൻ എന്നോ മുള പൊട്ടി ഈ നിമിഷം വരെ വളർന്നെത്തിയ ആ സസ്യം. ഇതാ കാൽച്ചുവട്ടിൽ. ഇല്ല, ആ പറമ്പു മുഴുവൻ അതേയുള്ളൂ. പരന്നു പടർന്നു കിടക്കുകയാണാ മരുന്നുചെടി. വേറെ ഒന്നും തന്നെയില്ല. ഞങ്ങളെയപ്പാടെ കൊണ്ടുപോകൂ, നിങ്ങളെയും നിങ്ങളുടെ ഉറ്റവരേയും രക്ഷപ്പെടുത്തൂ എന്ന് അവയോരോന്നും തന്നോടു പറയുകയാണ്. ഉള്ളു നിറഞ്ഞ നന്ദിയോടെ നിമിഷങ്ങളോളം അയാൾ അവയ്ക്കിടയിൽ നിന്നു. അടുത്ത നിമിഷം കുനിഞ്ഞ് മുന്നിൽ ആദ്യം കണ്ടതിനെ തന്നെ പറിക്കാൻ കൈ നീട്ടിയതും - ചെടി തല പൊക്കുന്നു. രൂക്ഷമായി ചീറ്റുന്നു. ത്രികോണ തല പൊക്കി നൂൽനാവ് വെട്ടിച്ച് ഉളിക്കണ്ണുകൊണ്ട് അയാളെ അളന്നെടുക്കുന്നു. കൈത്തണ്ട വണ്ണമുള്ള ചേനത്തണ്ടുപോലുള്ള അതിന്റെ ശരീരം വളവു നിവർത്തി ഉയരുന്നു.

കയ്യിലെ മുഴുത്ത ചൂരൽ വടി ഉയർത്തി ആഞ്ഞടിക്കാൻ നേരം വിജയഭാനു ആകാശത്തൊരു മുരൾച്ച കേട്ടു. ഒപ്പം അണലി അയാളെ

ആകാശത്തേക്കു കണ്ണു കാണിച്ചു. മുകളിൽ ചുട്ട് പഴുത്ത് വെന്ത മാനത്ത് ഒരു പൊട്ടു പോലെ കാണപ്പെട്ട പരുന്ത് തെല്ലു കൂടെ അടുത്തു വന്നപ്പോൾ ഒരു വിമാനമാകുന്നു. വിമാനം തന്നെയാണ് അതെന്നു തിരിച്ചറിഞ്ഞ നിമിഷത്തിൽ വിജയഭാനുവിന്റെ ഉള്ളിൽ മിന്നായം പോലൊരു കാഴ്ചയുണ്ടായി. വരാനിരിക്കുന്നതിന്റെയൊരു അവ്യക്ത സൂചന ചിലപ്പോഴൊക്കെ ഉള്ളിൽ തെളിഞ്ഞു മായുന്ന പോലെ. ഏറെ ഉയരത്തിലായിട്ടും വിമാനം അതിന്റെ ചിറകുകൊണ്ട് അയാളുടെ കണ്ണിലേക്ക് സൂര്യപ്രകാശം മിന്നിച്ച് ഒരു നിമിഷം അയാളെ അന്ധനാക്കി.

ഇനിയെന്തു ചെയ്തിട്ടും കാര്യമൊന്നുമില്ലെന്ന മട്ടിൽ അയാൾ അണലിയെ അവിടെ വിട്ടു. വടിയും താഴെയിട്ടു. ആ പച്ചക്കാടിന്റെ തണുപ്പിലേക്കും ഈർപ്പത്തിലേക്കും പതിഞ്ഞ് ഇരുന്നു. നടക്കാനിടയുള്ള കാര്യങ്ങളുമായി മനസ്സുകൊണ്ട് ഒന്നു സൊരുമപ്പെട്ടിട്ടു മതി വീട്ടിലേക്കു പോക്കെന്ന് അയാൾ കരുതി. പലിശക്കത്രികയിൽ നിന്ന് കുടുംബത്തിന്റെ കഴുത്ത് രക്ഷിച്ചെടുക്കാൻ പോന്ന മറ്റൊരു മാർഗത്തെക്കുറിച്ചാലോചിക്കുന്നതിലേ ഇനി കാര്യമുള്ളൂ. അകവും പുറവും തണുപ്പിക്കുന്ന ഈ അണലിവേഗക്കാട്ടിൽ അഥവാ ഉഗ്രവിഷപ്പാമ്പുകളുടെ കൂട്ടിൽ ഇങ്ങനെ മലർന്നു കിടക്കുമ്പോൾ ഒരു വഴി തോന്നാതിരിക്കില്ലെന്നും അയാൾക്കു തോന്നി.

അയാളുടെ പൊള്ളുന്ന ആകാശത്തേക്ക് പരിഹാസ്യമായ ചിരിയോടെ വിമാനങ്ങൾ ഒന്നൊന്നായി വന്നെത്താൻ തുടങ്ങി.

■

എന്റെ പരിണാമ സന്ധികൾ

മക്കളെ എങ്ങനെ കാലത്തിനു പറ്റിയവരാക്കാം?

ഇതാണ് ഞങ്ങളുടെ യൂ ട്യൂബ് ചാനലിലെ പുതിയ ഐറ്റത്തിന്റെ വിഷയം. എങ്ങനെയുണ്ട്? കാച്ചിങ് അല്ലേ? കേൾക്കുമ്പോൾ തന്നെ ഒന്നു ക്ലിക്ക് ചെയ്യാൻ തോന്നുന്നില്ലേ? നിലവിൽ കാലത്തിനു പറ്റാത്ത മക്കൾ. അവരെ കാലത്തിനു പറ്റുന്നവരാക്കുക. ഓ, കൊള്ളാമല്ലോ എന്ന് ഒരാൾക്കു തോന്നിയാൽ ലൈക്ക് അടിച്ച് ബെൽ ഐക്കൺ ഓണാക്കി സബ്സ്ക്രൈബ് ചെയ്ത് ഫ്രണ്ട്സിനൊക്കെ ഷെയറും ചെയ്താൽ ഐറ്റം ക്ലിക്കായി.

''ഇതു മതി കിടക്കയിൽ കുതിരയാകാൻ.''

''ആരെയും വശീകരിക്കാൻ ഇതു രണ്ടു സ്പൂൺ.''

''മകൾ വഴി തെറ്റുന്നുണ്ടോ? അറിയാൻ ഒരെളുപ്പവഴി'' തുടങ്ങിയ ടൈറ്റിലുകളിട്ട വീഡിയോകൾ ലക്ഷങ്ങളാണ് കണ്ടത്. അക്കൗണ്ടിലാണെങ്കിൽ വരവോട് വരവ്. അടുത്ത വീഡിയോയ്ക്ക് പെട്ടെന്നൊരു ഐഡിയയും കിട്ടിയിരുന്നില്ല. ജയശ്രീ ഒരു കാര്യം പറഞ്ഞത് കൊള്ളാമെന്നു തോന്നി. തറവാട്ടിലേക്കു പോകുക.

കുടുംബത്തുണ്ടാവുന്ന കുത്തിത്തിരുപ്പിനെ തുടർന്ന് ഉറ്റവരുമായി ഉടക്കി, അകന്ന് നഗരത്തിലെ ഏറുമാടത്തിന്റെ നാലുചുവരുകൾക്കുള്ളിൽ വന്നു കൂടി ഹാ, ഇപ്പഴെന്തൊരു മനഃസമാധാനം എന്നു ആശ്വസിക്കുന്നവരുണ്ട്. പക്ഷേ, തറവാട് എന്നു കേട്ടാൽ നൊസ്റ്റാൽജിയ മൂത്ത് നൊസ്സാകും. കൂട്ടുകുടുംബമെന്നു കേട്ടാൽ തികഞ്ഞു.

''അക്കൂട്ടത്തിൽ മിക്കവരും 'വാത്സല്യം' സിനിമ ഇപ്പോൾ കണ്ടാലും കർച്ചീഫ് എടുക്കും'' ജയശ്രീ ചിരിച്ചു. അതുകൊണ്ട് വിഷയം അതു മതിയെന്നു വച്ചു.

തറവാട് എന്ന ആശയത്തിലേക്ക് ജയശ്രീ വേഗത്തിൽ അടുക്കാൻ രാമേശ്വരി ടീച്ചറുടെ മരണവും ഒരു നിമിത്തമായി.

എന്റെ സ്വദേശമായ നാട്ടിൻപുറത്ത് ഞാൻ പണ്ടേ വിറ്റുകളഞ്ഞ തറവാട്ടു വീടിനടുത്തായിരുന്നു എന്റെ ആദ്യകാല അദ്ധ്യാപിക രാമേശ്വരി ടീച്ചർ താമസിച്ചിരുന്നത്. മരണവിവരം അറിഞ്ഞ സ്ഥിതിക്ക് പോകണമെന്ന് ജയശ്രീക്ക് ഒരേ നിർബന്ധം. ഈ നഗരത്തിൽ നിന്ന് ഒന്നര മണിക്കൂറിനുള്ളിൽ പോയി വരാവുന്നതേയുള്ളൂ.

എങ്കിലും വേണ്ടെന്നു തോന്നി. പ്രശ്നമാണ്. ആളെണ്ണം കൂടിയാൽ പൊലീസിന്റെ വായിലിരിക്കുന്നതു കേൾക്കണം. ആ ടീച്ചറിന്റെ മക്കളാരെങ്കിലും ദൂരേന്നു വന്നിട്ടുണ്ടെങ്കിൽ കോവിഡു പിടിക്കാനും ഇടയുണ്ട്. എന്തിനു ചുമ്മാ?

അതൊന്നും സാരമില്ല, മാസ്ക് വേണേ രണ്ടെണ്ണം ഒന്നിച്ചിട്ട് ആരോടും മിണ്ടാതെ ആരെയും തൊടാതെ ചെല്ലുന്നു, കാണുന്നു, പോരുന്നു- എന്നൊക്കെ പറഞ്ഞ് ജയശ്രീ ഒറ്റപ്പോക്കു പോയി. അല്ലെങ്കിലുമതേ അവളൊരു കാര്യം തീരുമാനിച്ചാൽ അതു നടത്തിയിരിക്കും. എന്നാലും സംശയം തോന്നാതിരുന്നില്ല. എട്ടു മുതൽ പത്തു വരെയുള്ള പഠനകാലത്ത് പഠനത്തിലും ടീച്ചർമാരുടെയും കുട്ടികളുടെയും ഏതൊരു കാര്യത്തിനും മുന്നിൽ തന്നെ നിൽക്കുന്ന എന്നെ രാമേശ്വരി ടീച്ചർക്ക് വലിയ ഇഷ്ടമായിരുന്നെന്നും അകാലത്തിൽ എന്റെ അമ്മ ആത്മഹത്യ ചെയ്തതിൽ പിന്നെ പലപ്പോഴും രാമേശ്വരി ടീച്ചർ മാമ്പഴപ്പുളിശ്ശേരിയോ ചക്കത്തോരനോ കൂട്ടിയുള്ള ഊണ് എനിക്കു കൂടി കരുതിയിട്ട് സ്റ്റാഫ് റൂമിൽ വിളിച്ചു തന്നിരുന്നെന്നും ഒക്കെ എൺപതുകളിൽ ഞങ്ങളുടെ കല്യാണത്തിന്റെ ആദ്യകാലത്ത് ഞാനേതോ അവസരത്തിൽ ജയശ്രീയോടു പറഞ്ഞിട്ടുണ്ട്. അതിനപ്പുറം ആ ടീച്ചറോട് അവൾക്ക് എന്തെങ്കിലും ഒരടുപ്പം തോന്നാൻ ഒരു കാര്യവുമില്ല. പിന്നെന്തിന് അവൾ ഈ കോവിഡ് കാലത്ത് ഇങ്ങനെ റിസ്ക് എടുക്കണം എന്നെനിക്കു മനസ്സിലായില്ല.

എന്തെങ്കിലും കാണാതിരിക്കില്ല. ചിലപ്പോൾ ഏതെങ്കിലും വിധത്തിലുള്ള സാമ്പത്തിക സാധ്യത തന്നെയാകാനും മതി. കാലത്തിനനുസരിച്ച് കാര്യങ്ങൾ നീക്കാൻ നല്ല മിടുക്കാണ് ജയശ്രീക്ക്. അവളെ ഭാര്യയായി കിട്ടിയത് മഹാഭാഗ്യമാണ്.

എന്നാൽ നേരേ എതിർവശത്തുള്ള വീട്ടിലെ ആ പോസ്റ്റുമാൻ മനോഹരന്റെ കാര്യം കഷ്ടമാണ്. അയാളുടെ ഭാര്യ സബിത ഞങ്ങളെപ്പോലെ യു ട്യൂബിൽ ചാനൽ തുടങ്ങിയെങ്കിലും അതു വേണ്ട രീതിയിൽ നടത്തിക്കൊണ്ടു പോകാനറിയാത്തതുകൊണ്ട് പച്ച പിടിക്കാതെ ‘എന്തരോയെന്തോ...’ എന്ന മട്ടിലങ്ങു പോകുന്നതേയുള്ളൂ.

അതെങ്ങനെ? മനുഷ്യോപകാരപ്രദമായ കാര്യങ്ങൾ ഒക്കെയാണ് സബിത വ്ളോഗിനായി തെരഞ്ഞെടുക്കുക. ‘പാഴ്ചിലവുകൾ എങ്ങനെ

ഒഴിവാക്കാം', 'ധ്യാനം തരുന്ന ഊർജ്ജം', 'അൽഷിമേഴ്സ് ഉള്ളവരെ പരിചരിക്കുമ്പോൾ' ഇങ്ങനെ പോകുന്നു സബിതയുടെ വിഷയങ്ങൾ. ഇങ്ങനെയൊക്കെ ഇക്കാലത്ത് വ്ളോഗ് ചെയ്യാനിറങ്ങിയാൽ വലിയ ഗുണമൊന്നുമില്ല സബിതേ എന്ന് ജയശ്രീ പറയും. സബിത അതൊക്കെ തന്നെ ചെയ്യും. ഈ ഓൺലൈൻ കാലത്ത് നാലു കാശുണ്ടാക്കാൻ പറ്റാത്ത വിഷയങ്ങൾക്കു പിന്നാലേ പോകുന്ന അവളെ പോലുള്ള പെണ്ണുങ്ങൾ കുടുംബത്തുള്ളവന്റെയൊക്കെ വിധി!

എന്നാൽ ജയശ്രീയെ പോലുള്ള ഭാര്യമാർ നിധിയാണ് നിധി. മരിച്ച വീട്ടിൽ പോയി സന്തോഷത്തോടെ ചാടിത്തുള്ളി വന്ന് അവൾ പറഞ്ഞ കാര്യം കേട്ടോ.

ആ ടീച്ചറുടെമരണമറിഞ്ഞു ചെല്ലുന്ന കൂട്ടത്തിൽ അവിടെ അടുത്തു തന്നെയുള്ള എന്റെ തറവാട്ടു വീട്ടിൽ ഒന്നു ചെല്ലുകയാ യിരുന്നു അവളുടെ ഉദ്ദേശ്യമത്രെ. അവിടെ ഇപ്പോൾ കച്ചവടക്കാ രായ ഒരു കുടുംബമാണ് താമസിക്കുന്നത്. ഞാൻ വിറ്റതിനു ശേഷ മുള്ള ഏതാണ്ട് ആറാമത്തെ ഉടമസ്ഥർ.

ജയശ്രീയെ കണ്ടപാടെ അവിടത്തെ സുന്ദരിയും യുവതിയുമായ വീട്ടമ്മ അവളെ ആഹ്ലാദത്തോടെ എതിരേറ്റു. ഷിമ്മി എന്നാണ് അവ ളുടെ പേര്. ഞങ്ങളുടെ എഴുന്നൂറാമത്തെ വ്ളോഗ് ആയ 'ഗർഭകാല രതി എങ്ങനെ ആനന്ദകരമാക്കാം' എന്നത് ഒരുപാട് തവണ കണ്ടി ട്ടുണ്ടത്രെ.

വീടിന്റെ ആദ്യത്തെ ഉടമസ്ഥന്റെ ഭാര്യയാണെന്നും കല്യാണം കഴിഞ്ഞ് വലതുകാൽ വച്ചു കയറിയ വീടാണെന്നും അവിടെയാണ് മക്കളിൽ മൂത്തവൻ ജനിച്ചതെന്നും പിന്നീട് അതു വിറ്റു പോകേണ്ട ദുഃഖകരമായ സാഹചര്യം വന്നു ചേർന്നുവെന്നും അതെല്ലാം കൂടി ആലോചിച്ചപ്പോൾ ഞങ്ങളുടെ വ്ളോഗിന്റെ ആയിരാമത്തെ എപ്പി സോഡ് ഈ ഓർമ്മകൾ ആരാധകരുമായി പങ്കുവയ്ക്കുന്നതാവട്ടെ എന്നു കരുതിയെന്നും അതിന്റെ വീഡിയോ കവറേജിനായി അടുത്തു തന്നെ ഒരു ദിവസം ഇവിടെ വരണമെന്നുണ്ടെന്നും ജയശ്രീ പറഞ്ഞ പ്പോൾ ഷിമ്മി കൈക്കൂപ്പിക്കൊണ്ട് ആഹ്ലാദകരമായ ഒരു ശബ്ദം ഉറക്കെ പ്രകടിപ്പിച്ചത്രെ. ജയശ്രീ മേനോനും ശ്രീനാഥ് മേനോനും ഞങ്ങളുടെ വീട്ടിൽ വന്ന് വ്ളോഗ് ചെയ്യുകയോ... അവൾക്കു വിശ്വ സിക്കാനാവുന്നില്ലത്രെ. അവൾ അപ്പോൾ തന്നെ മെഡിറ്ററേനിയൻ കടൽത്തീരത്തുള്ള ഏതോ പോർട്ടിൽ അടുത്തിരിക്കുന്ന ചൈനീസ് കപ്പലിലെ ഉദ്യോഗസ്ഥനായ ഭർത്താവ്, ടിറ്റുവിനെയും പിന്നെ കുറേ കൂട്ടുകാരികളെയും ഒക്കെ വിളിച്ചു പറഞ്ഞു. അവർക്കൊക്കെ അന്നേരം തന്നെ ജയശ്രീയോട് ഹായ് പറയണം. പിന്നെ അതിന്റെ ബഹളം.

''ഹൊ... ഹൊ... അതിൽ നിന്നൊക്കെ ഊരിപ്പോരാൻ പെട്ട പാട്. നാളെ തന്നെ ചെന്നേക്കണം, രാവിലെ തൊട്ടേ കാത്തിരിക്കും എന്നാണ് ഷിമ്മി പറഞ്ഞിരിക്കുന്നത്.''

കേട്ടപ്പോൾ തോന്നി. ഐറ്റം കൊള്ളാം. ചുരുങ്ങിയത് ഒരു പത്താ യിരം വ്യൂവേഴ്സ് കൂടും. ഷിമ്മി എന്ന ആ വീട്ടമ്മയാണെങ്കിൽ അവിടെ നിറയെ പച്ചക്കറിയൊക്കെ നട്ട് ആകെ ഒരു ഗുമ്മാക്കിയിട്ടു മുണ്ടത്രെ. ഉള്ള മണ്ണ് തരിശിട്ട് അല്ലെങ്കിൽ ഇത്തിരി മണ്ണുള്ളതിലേക്കു തിരിഞ്ഞു നോക്കാതെ യൂ ട്യൂബിൽ കാണുന്ന കണ്ടവന്റെ വീട്ടുവള പ്പിലെ പച്ചപ്പിലേക്കു കണ്ണിമയ്ക്കാതെ നോക്കിയിരിക്കാൻ പൊതുവേ താൽപ്പര്യം കൂടിവരുന്നുണ്ട്. അതു മുതലാക്കാം. എന്നൊക്കെ കരുതി ബാൽക്കണിയിലിരുന്ന് തീപ്പെട്ടിക്കമ്പുകൊണ്ട് പല്ലുകൾക്കിടയിലെ ചിക്കൻശകലങ്ങളുമായി മല്ലിട്ടു കൊണ്ടിരിക്കുമ്പോഴാണ് പുത്രൻ ജയദാസിന്റെ ഫോൺ സംസാരം ശ്രദ്ധിച്ചത്.

ജയദാസ് അല്ല 'ജയദാസ് കാക്കശ്ശേരി' എന്നു പറയണം. ഇളം പ്രായത്തിലേ ശ്രദ്ധിക്കപ്പെട്ട മനുഷ്യാവകാശ പ്രവർത്തകൻ. സ്വതന്ത്ര ചിന്തകൻ.സർവോപരി ജെ.എൻ.യു പ്രോഡക്റ്റ്.

ഏതോ എഴുത്തുകാരനെ വിളിച്ചിട്ട് അയാളുടെ സാഹിത്യത്തെ കുറിച്ചുള്ള അഭിപ്രായം തുറന്നു പറയുകയാണ അവൻ. വിഡ്ഢി. പടുവിഡ്ഢി. ഉള്ളതു ഉള്ളതുപോലെ പറഞ്ഞ് ദിവസേന ഒരു ശത്രുവിനെ വച്ച് ജയദാസ് ഉണ്ടാക്കുന്നുണ്ട്. വേണ്ടാത്ത കാര്യങ്ങളിൽ ചെന്നു തലയിട്ട് വേണ്ടപ്പെട്ടവരെ പോലും വെറുപ്പിക്കുന്നതിനു പുറമേയാണിത്. ആ മുനിസിപ്പൽ ചെയർപേഴ്സൺ മേഴ്സി ടീച്ചറെ കോടതി കയറ്റിയില്ലേ? അവർ ഓടിച്ചു വിട്ട തെരുവോരക്കച്ചവട ക്കാരെ പുനരധിവസിപ്പിക്കണമെന്നു പറഞ്ഞ്.

ആരാണ്ടൊരു അയ്യോ പാവത്തിന്റെ പുരയിടത്തിലൂടെ ഹൈ ടെൻഷൻ ലൈൻ വലിക്കുന്നതിന് ഇവനെന്തൊരു ടെൻഷനായിരുന്നു. രാവെന്നില്ലാപകലെന്നില്ലാതവിടെ ചെന്നു പാടു കെടന്ന് ആ പ്രശ്ന ത്തിനു പരിഹാരം ഉണ്ടാക്കിയതിന്റെ പേരിലാണോ എന്തോ വീട്ടിൽ ഒരാഴ്ച കറന്റുണ്ടായില്ല.

ചെറുപ്പം തൊട്ട് അറിയാമായിരുന്ന കുടുംബസുഹൃത്തു കൂടി യായ ദാനശീലന്റെ ശ്രീദേവീ സിൽക് ഹൗസിലെ പെൺ തൊഴി ലാളികൾക്ക് ഇരിക്കാൻ അനുവാദം കൊടുക്കണമെന്നു പറഞ്ഞ് ആ കടയ്ക്കു മുന്നിൽ പോയി നിൽപ്പു സമരം നടത്തി. അന്നു തൊട്ടാ ദാനശീലൻ കണ്ടാ മിണ്ടില്ല. എന്റെ മകനായിപ്പോയി അല്ലെ ങ്കിൽ കാണാമായിരുന്നെന്നു ദാനശീലൻ പല്ലിറുമ്മിയത്രെ. വീട്ടിലാ ണെങ്കിലും പിടിക്കാത്തത് എന്തെങ്കിലും ആരെങ്കിലും പറയുകയോ

ചെയ്യുകയോ ചെയ്താൽ അവൻ ഉടക്കും. ജയശ്രീയുമായിട്ട് പണ്ടേ തുടങ്ങി സദാ ശണ്ഠയാണ്.

എന്റെ താവഴിയിലൊന്നും ഇതുപോലൊരു ഫയർ ബ്രാൻഡില്ല. പിന്നെ ഉണ്ട്. ജയശ്രീയുടെ അമ്മയുടെ അച്ഛൻ മാധവമേനോനും അങ്ങേരുടെ അനിയൻ ചന്ദ്രഭാനുവും ഒക്കെ ജയദാസിന്റെ അതേ ജനുസ്സായിരുന്നെന്നു കേട്ടിട്ടുണ്ട്. രണ്ടാംലോക മഹായുദ്ധകാലത്ത് ഇംഗ്ലീഷുകാരുടെ ഇന്ത്യൻ പട്ടാളത്തിൽ തരക്കേടില്ലാത്ത ഉദ്യോഗ സ്ഥനായിരുന്നു ജയശ്രീയുടെ അപ്പൂപ്പനായ മാധവമേനോൻ. ഒരിക്കൽ സായിപ്പിന്റെ മദാമ്മ അങ്ങേർക്ക് കുറേ അലക്കിയ വസ്ത്രങ്ങൾ കൊടുത്തിട്ട് ''മിസ്റ്റർ മാധവ്, അയേൺ ദിസ് പ്ലീസ്'' എന്നോ മറ്റോ പറഞ്ഞത്രെ. പിടിക്കാതെയാണെങ്കിലും അതു മൂപ്പരു ചെയ്തു. പിന്നെ അലക്കാത്തത് എടുത്തുകൊടുത്തിട്ട് കൊണ്ടേ വെളുത്തേടനെ ഏൽപ്പിക്കെന്നു പറഞ്ഞു. ഉള്ളിൽ പിറുപിറുത്താണെങ്കിലും അതും അങ്ങേരു ചെയ്തു. അതും കഴിഞ്ഞൊരു തവണ എല്ലാ തുണിയും കൂടി എടുത്തിട്ട് അലക്കി തേച്ചു കൊടുക്കണമെന്നായി. പച്ചത്തെറി, അതും നല്ല വെളുവെളുത്ത ഇംഗ്ലീഷിൽ ആയമ്മയുടെ മുഖത്തു നോക്കി തന്നെ പറഞ്ഞിട്ട് അങ്ങേര് ഇറങ്ങി പോന്നു. എന്തുഫലം? ജോലി, പ്രമോഷൻ, മറ്റു സൗകര്യങ്ങൾ, പെൻഷൻ, താമ്രപത്രം പോലത്തെ വല്ലതും കിട്ടുമായിരുന്നെങ്കിൽ അത്, ഒക്കെ കാറ്റെടുത്തു പോയി.

അതുപോലെതന്നെ അങ്ങേരുടെ അനിയച്ചാരും. അതായത് ജയശ്രീയുടെ അമ്മയുടെ ഇളയച്ഛനായ ചന്ദ്രഭാനു. അടിയന്തിരാവസ്ഥക്കാലത്താണ്. കമ്പിത്തപാൽ ആപ്പീസിലിരുന്ന് മനുഷ്യാവകാശങ്ങൾ ഹനിക്കപ്പെടുന്നതിന്റെ പേരിൽ ഒരു കവിതയങ്ങെഴുതി. അതാരോ ഫോട്ടോ എടുത്ത് ദില്ലിക്ക് അയച്ചു. മെമ്മോ വന്നു. ഒരു വിശദീകരണം കൊടുത്താൽ മതി. യൂണിയൻ നേതാക്കൾ തന്നെ ദില്ലിയിൽ ഇടപെട്ട് സംഗതി ശരിയാക്കാമെന്നും പറഞ്ഞു. ആരു കേക്കാൻ. പോ പുല്ലെന്നും പറഞ്ഞ് വലിച്ചെറിഞ്ഞ് ഇറങ്ങി പോന്നു. എന്നിട്ടോ? സഞ്ചാരിയും കവിയുമൊക്കെയായി ഊരുചുറ്റി തെണ്ടിത്തിരിഞ്ഞ് എങ്ങോ ഏതോ കടത്തിണ്ണയിൽ കിടന്ന് ഒടുക്കം.

അങ്ങേരുടെ ചേട്ടൻ മാധവമേനോൻ എന്ന അഭിമാനിയുടെ മകളുടെ മകളുടെ മകനായ ജയദാസിനോട് ആ ചരിത്രപരമായ മണ്ടത്തരങ്ങളെ പറ്റിയൊക്കെ പലപല തവണ പറഞ്ഞിട്ടുള്ളതാണ്.

എട നീയീ റിബലു കളിക്കുന്നത് ഏതേലും പാർട്ടിയുടെ അകത്തു കേറി നിന്നിട്ട് ചെയ്യ്. തല്ലിയാലും കൊന്നാലും അവരു നോക്കിക്കോളും. അള്ളിപ്പിടിച്ച് നിന്നാ സീറ്റു കിട്ടും. തോറ്റാലും സാരമില്ല-

കൺസൾട്ടൻസി വഴി വല്ല സ്പെഷ്യൽ സെറ്റപ്പും ഉണ്ടാക്കി അതിൽ ഇരുത്തി തരും. നോക്കിയും കണ്ടും നിന്നാലുള്ള മെച്ചങ്ങൾ പല താണ്.

അതു പുച്ഛിച്ചു തള്ളിക്കൊണ്ട് ജയദാസ് പറഞ്ഞത് എന്നെ ചെറു തായൊന്നു കുലുക്കാതിരുന്നില്ല. അന്നു രാത്രി ഉറങ്ങുന്നതിനു മുമ്പ് സീലിങ് ഫാനിലേക്കും നോക്കി കിടന്ന് അവൻ പറഞ്ഞതിൽ പിടിച്ച് ഞാനൊന്നു പിന്നിലേക്കു പോയി. പിന്നിലേക്ക് എന്നു പറയുമ്പോൾ ആ എൺപതുകളുടെ തുടക്കം മുതൽ തൊണ്ണൂറുകളുടെ മധ്യം വരെയുള്ള കാലം. പാർട്ടിയുടെ യുവജന വിഭാഗം കത്തിജ്ജ്വലിച്ച കാലമായിരുന്നത്. അതിന്റെ പരശ്ശതം തീപ്പൊരികളായിരുന്നു ഞാനും ജയശ്രീയുമൊക്കെ. അവളുടെ ജാഥാ ക്യാപ്റ്റൻ അവളും എന്റേ തിന്റെ ഞാനും.

രക്തസാക്ഷി മണ്ഡപത്തിനു മുന്നിൽ വച്ച് രണ്ടു ജാഥകളും സ ന്ധിച്ചപ്പോൾ ഉച്ചത്തിലുള്ള മുദ്രാവാക്യങ്ങളുടെയൊക്കെ ആ ആവേശ ക്കൊടുമുടിയിൽ വച്ച് ഒറ്റ നോട്ടത്തിൽതന്നെ ഞങ്ങൾ പരസ്പരം കണ്ടെത്തി. സത്യത്തിൽ ഈ ജയദാസിനെപോലെതന്നെ അന്നു ഞങ്ങൾക്കും മൊത്തത്തിൽ ഈ നാടൊന്നു ഉടച്ചു പണിയണമെ ന്നുണ്ടായിരുന്നു. പ്രായമതായിരുന്നല്ലോ. അതത്ര അസാധ്യവുമാ യിരുന്നില്ല.

പക്ഷേ ഒന്നും നടന്നില്ല. എന്നല്ല അന്നത്തെ ഞങ്ങൾ ഇന്നത്തെ ഞങ്ങളായി മാറുകയും ചെയ്തു.

അവസരം കിട്ടിയിട്ടും ഞങ്ങൾ ചെയ്യാതിരുന്നതിന്റെ ദുരന്തഫല മാണ് തൊണ്ണൂറുകൾക്കു ശേഷമുള്ള ഈ സ്ഥിതിയെന്നാണ് ജയ ദാസ് അന്നെന്റെ മുഖത്തു നോക്കി പറഞ്ഞത്. അവനും അവന്റെ അനിയനുമൊക്കെ ഉൾപ്പെടുന്ന ഇന്നത്തെ തലമുറയ്ക്ക് ജീവിക്കാൻ എങ്ങനത്തെ ലോകമാണ് ഞങ്ങളുണ്ടാക്കി കൊടുത്തതെന്ന്... ഇതി ങ്ങനെയാകാതിരിക്കാൻ ഞാനും ജയശ്രീയുമൊക്കെ എന്തു ചെയ് തെന്ന്.

അല്ല. ഞങ്ങൾക്കിതു കിട്ടണം. ചെക്കനെ ജെ.എൻ.യുവിൽ വിട്ടു പഠിപ്പിച്ചതിന്റെ കുഴപ്പമാണ്. കൂടുതൽ പഠിച്ചുപോയി. ആ കൂടുത ലാകട്ടെ തീർത്തും വേണ്ടാത്തതുമായിപ്പോയി. ദാ, അടുത്ത തല വേദനയ്ക്കുള്ള വഴിയവൻ ഉണ്ടാക്കിക്കഴിഞ്ഞു.

പുഴത്തീരത്തു കെട്ടിടം ഉണ്ടാക്കാനും പുഴ തന്നെ നികത്താനും മരം വെട്ടി അണ കെട്ടാനും മല പൊട്ടിച്ച് ടിപ്പറിലാക്കാനുമൊക്കെ ഇനി ആരുടെയും ഒന്നും നോക്കേണ്ടന്ന ബില്ലു പാസാക്കിയതിനെ തിരേ ഇറങ്ങാനുള്ള പുറപ്പാടാണ്.

ഇങ്ങനെ പോയാൽ ഇവനെങ്ങനെ ജീവിക്കും. ഇവനാരു ജോലി കൊടുക്കും. എവിടെന്നു പെണ്ണു കിട്ടും. അല്ല, എന്താ ഇവന്റെ പ്രശ്നം. മാനസികമായി വല്ലതും അലട്ടുന്നുണ്ടാകുമോ. പത്തിരുപത്തിനാലു വയസ്സേ ആയിട്ടുള്ളൂ. അല്ലെങ്കിൽ കല്യാണം കഴിപ്പിച്ചു നോക്കാമാ യിരുന്നു. പല പല ആവേശങ്ങളും അങ്ങനെ അടങ്ങിയ ചരിത്രമുണ്ട്. ഒരിക്കൽ അതു പറഞ്ഞപ്പോൾ ജയശ്രീ കുരച്ചു.

‘‘പെൺകൊച്ചുങ്ങളെന്താ പരീക്ഷണ വസ്തുവാണോ? നമ്മളെ കൊണ്ടു നന്നാക്കാൻ പറ്റാത്തതിനെ നന്നാക്കിയെടുക്കാനാ അതു ങ്ങളെ ഉണ്ടാക്കിയത്?’’

അതു പറയുമ്പോൾ അൻപതിലും ഒളി മങ്ങാത്ത അവളുടെ മുഖത്തൊരു ജ്വലനമുണ്ടായി. ഉള്ളിൽ ചാരം മൂടിക്കിടന്ന പഴയ സ്ത്രീപക്ഷത്തിന്റെ കനലൊന്ന് ആളിയതാണ്.

അല്ല, അവൾ പറഞ്ഞതും ശരി.

എന്തായാലും ‘നാട്ടുകാർക്കു വേണ്ടിയല്ലാതെ, വീട്ടുകാർക്കുവേണ്ടി എങ്ങനെ ജീവിക്കാം’ എന്ന ആശയമുള്ള ഒരു വ്ളോഗു തയ്യാറാ ക്കാനുള്ള ആലോചന ബലപ്പെട്ടത് ഇങ്ങനെയാണ്. അതിന് ‘‘മക്കളെ പണക്കാരാക്കാൻ പ്രേരിപ്പിക്കുന്നതെങ്ങനെ?’ എന്ന ടൈറ്റിൽ കൊടു ത്താൽ വ്യൂവർ ഷിപ്പ് കൂടുമെന്നു ജയശ്രീ പറഞ്ഞു. ടൈറ്റിലെന്തോ ആക്കാം. മക്കളിൽ മൂത്തവനായ ജയദാസ് ഇനി നേർ വഴിക്കാവു മെന്ന പ്രതീക്ഷയില്ല. അതുകൊണ്ട് പത്താം ക്ലാസ്സുകാരനായ ഇള യവൻ ജയഹരിയെ മോഡലാക്കി ഈ വിഷയത്തിൽ വ്ളോഗ് ചെയ്യു ന്നതാവും നല്ലത്.

അതിനു വേണ്ടി ജയശ്രീയുമായി പലവട്ടം ആലോചിച്ച് ഒരു അവതരണ രീതി ഉറപ്പിച്ചു. ആദ്യം വേണ്ടത് ചിരിക്കാൻ പരിശീലി പ്പിക്കുക എന്നതാണ്.

ആരെന്തു പറഞ്ഞാലും ഒരിളം ചിരിയോടെ കേട്ടു നിൽക്കുക. എന്നാൽ പറയുന്നവനെ ഒരു മാതിരി ‘ആക്കുന്ന’ ചിരിയായിരിക്ക രുത്. ഉദാരതയുടെയും സൗഹാർദ്ദത്തിന്റെയുമായ പക്ഷേ, ഒട്ടും വിടരാത്തതുമായ ഒരു മന്ദസ്മിതം. ഉള്ളിൽ അവനെ ശരിക്കും ആക്കുന്ന ചിരിയുണ്ടായെന്നു വച്ചു കുഴപ്പമൊന്നുമില്ല. ഉണ്ടാകുമല്ലോ. കാര്യങ്ങളോട് അവനെന്ത് അഭിപ്രായമാണോ ഉള്ളത് അതിന് ‘യസ്’ മൂളിക്കോളണം. അവൻ പാടിയാൽ വരച്ചാൽ എഴുതിയാൽ പ്രഭാഷി ച്ചാൽ -ഗംഭീരമെന്നു തന്നെ പറഞ്ഞുകൊള്ളണം. അവനെ ഏതെ ങ്കിലും രീതിയിൽ സഹായിക്കേണ്ടി വരുന്ന സാഹചര്യത്തിൽ അവ നേക്കാൾ സഹായിക്കപ്പെടേണ്ട ചുറ്റുപാടിലാണെന്ന് സംസാരത്തി ലൂടെ സൂചിപ്പിച്ച് അവനിൽ ദയ ഉളവാക്കി അവന്റെ പോക്കറ്റിൽ

ഉള്ള ചില്ലറ കൂടി ഇങ്ങോട്ട് വീഴ്ത്തിയെടുക്കണം. ഇതൊക്കെ അവൻ ഉന്നതനായിരിക്കുന്ന നിമിഷം വരെ മതി. ഉന്നതിയിൽ നിന്നു വീണു കഴിഞ്ഞാൽ അവനെ ചവിട്ടി എങ്ങനെ മുന്നോട്ടു പോകാം എന്ന തായിരിക്കണം ചിന്ത. അത് വേണമെങ്കിൽ അടുത്ത വീഡിയോയുടെ വിഷയമാക്കാം.

ഇപ്പറഞ്ഞ പോലുള്ള കാര്യങ്ങളിൽ ഊന്നി ജയഹരിക്കുള്ള പരി ശീലനവും ഒപ്പം വ്ളോഗിങ്ങും ഭംഗിയായി നടന്നു. ആരെന്തു പറ ഞ്ഞാലും വിധേയനായിരിക്കുക എന്ന ജീവിത ഉയർച്ചയുടെ പ്രാഥമിക പാഠം ജയഹരി വളരെ വേഗത്തിൽ നന്നായിത്തന്നെ പഠിച്ചു. ഒരു ചെറുചിരിയോടെ അവൻ എല്ലാം കേട്ടു. ചെറു ചിരിയോടെ മാത്രം പ്രതികരിച്ചു.

ആ വ്ളോഗ് പെട്ടെന്ന് വൈറലായി. അതിന്റെ അടുത്തതിനു വേണ്ടി ചാനൽ സബ്സ്ക്രൈബേഴ്സ് അക്ഷമരായി. ജയഹരിയാ കട്ടെ താരമായി. എത്ര ഫാൻസ് ആണ് അവനിപ്പോൾ. മൊണാ ലിസയുടെ മുഖത്തെ ഒതുക്കിയ 'ചിരിയില്ലാചിരി'യോടു പോലും ജയഹരിയുടെ ചിരിയെ ചിലർ ഉപമിച്ചു കളഞ്ഞു.

ആയിടെ ജയദാസ് കുന്നിടിഞ്ഞു വീണ് മണ്ണിനടിയിൽ പോയ വരുടെ ശേഷക്കാർക്ക് സർക്കാർ സഹായം വാങ്ങിച്ചു കൊടുക്കാൻ നിയമയുദ്ധം നടത്തുന്നതിനിടയിൽ എപ്പോഴോ വീട്ടിൽ വന്നപ്പോൾ ഞങ്ങൾ അവനെ ഒരു വട്ടം കൂടി ഒന്നുപദേശിച്ചു. ''മകനേ, നിന്റെ സഹോദരൻ ജയഹരി ഇത്ര ചെറുപ്പത്തിലേ ഈ ലോകത്തിലെ നടപ്പുരീതികളുമായി പൊരുത്തപ്പെട്ടു ജീവിക്കാൻ പ്രാപ്തനായിരി ക്കുന്നു. ഇവനിലൂടെ മാത്രം ഈ വീട്ടിലേക്കു ധാരാളം പണം വന്നു ചേരുമെന്നുറപ്പായിരിക്കുന്നു. ഈ നിലയ്ക്ക് നീ കൂടി ശരിയായ വഴിയിലേക്കു വന്നാൽ ഇരട്ടി ധനമായിരിക്കും നമുക്കുണ്ടാവുക. അതിനു വേറെ ഒന്നും വേണ്ട- ഞങ്ങൾ ഇപ്പോൾ ചെയ്തിരിക്കുന്ന ഈ വ്ളോഗ് ഒന്നു ഫോളോ ചെയ്താൽ മാത്രം മതി.''

ജയദാസ് നിർവികാരനായി നിന്ന് കേട്ടു. പതിവുപോലെ പുച്ഛിച്ചു തള്ളിയില്ല. അവൻ അസ്വസ്ഥനാണ്. പിന്നീട് അവൻ മുറിയിൽ നിന്നു പുറത്തേക്കു വരുന്നില്ല. അവനു കോളുകളും വരുന്നില്ല. ഫോൺ ഓഫാക്കി വച്ചിരിക്കുകയാണോ എന്തോ. ജയശ്രീ ഭക്ഷണം കഴിക്കാൻ നിർബന്ധിക്കുമ്പോൾ പുറത്തു വരുമെങ്കിലും വേറേ ഏതോ ലോകത്തു പെട്ട പോലുള്ള മുഖഭാവമാണ്.

ജയദാസിന് എന്തോ പ്രശ്നമുണ്ടെന്നത് തത്ക്കാലം ഗൗരവമാ യെടുക്കാൻ കഴിയാത്തവിധം മറ്റൊരു പ്രധാനകാര്യത്തെക്കുറിച്ച് തെല്ലൊരു ശങ്കയോടെ ജയശ്രീ പറഞ്ഞു. ''ജയഹരി ആരെന്തു

തോന്ന്യവാസം പറഞ്ഞാലും എന്ത് അനീതി കാണിച്ചാലും അതിന്റെയൊക്കെ നേർക്ക് ഇളംചിരിയോടെ നോക്കി നിൽക്കാൻ, നേരിടാൻ, അതിജീവിക്കാൻ അങ്ങനെ ജീവിതവിജയം നേടാൻ ഞങ്ങൾ വിജയകരമായി പരിശീലിപ്പിച്ചെടുത്ത ജയഹരി–, ദാ ഇപ്പോൾ ചിരി നിർത്തുന്നില്ല. ചിരിച്ചുകൊണ്ടേയിരിക്കുകയാണ്.''

ആദ്യം ചുമ്മാ കളിയാക്കുകയാണെന്നാണ് ജയശ്രീക്കു തോന്നിയത്. പിന്നെ മനസ്സിലായി. അവന്റെ മുന്നിൽ നിന്നാലും നിന്നില്ലെങ്കിലും അവന്റെ കണ്ണിൽപെട്ടാലും പെട്ടില്ലെങ്കിലും അവൻ ചിരിക്കും. ശൂന്യതയിലേക്കു നോക്കി, അലക്ഷ്യമായി ചിരിച്ചുകൊണ്ടേയിരിക്കും. എന്തു ചെയ്യും?

'മക്കളെ എങ്ങനെ ധനവാന്മാരാക്കാം?' എന്ന വ്ളോഗിന്റെ തുടർ വിഡിയോകൾക്കായി ചാനൽ സബ്സ്ക്രൈബേഴ്സ് കാത്തിരിക്കുന്നു. ജയഹരി മോഡലായ വ്ളോഗിലൂടെ ചിരിച്ചുകൊണ്ട് ആരുടെയും കഴുത്തറുക്കാനുള്ള സിദ്ധി വശപ്പെടുത്തിയിരിക്കുന്നവരാണ് അവരിൽ പലരുടെയും സന്താനങ്ങൾ. അവർക്കിനിയും മുന്നോട്ടു പോകണ്ടേ? ഉയരങ്ങളിൽ എത്തേണ്ടേ?

പക്ഷേ– ജയഹരി ചുമ്മാ ചിരിച്ചുകൊണ്ടേയിരിക്കുന്നു.

അതിനൊരു പോംവഴിയാലോചിക്കുന്നതിനിടയിൽ ആയിടെ ഒരു ദിവസം ഒരു കൂട്ടം പൊലീസുകാർ ഇരച്ചു കയറി വന്നു. ജയദാസിന്റെ മുറിയിലേക്കു കയറി അവന്റെ വസ്ത്രങ്ങളും പുസ്തകങ്ങളുമൊക്കെ കുഴച്ചു മറിച്ച് എന്തെല്ലാമോ തിരഞ്ഞ് കണ്ണിൽ കണ്ടതൊക്കെ വലിച്ചു പുറത്തിട്ട് കിട്ടിയതെന്തോകൊണ്ട് വന്നപോലെ ഇരച്ചു പോയി.

ജയദാസിനെക്കുറിച്ച് പിന്നീട് വിവരമൊന്നുമില്ല. അവൻ അവരുടെ പിടിയിലായോ എന്തോ. അവൻ പ്രവർത്തിച്ചിരുന്ന മലനാട് സംരക്ഷണ സമിതിയിൽപെട്ട ഷുക്കൂറിനെയും ലസിതയെയും സോളി കൈനെട്ടൂരിനെയുമൊക്കെ ദുരന്തഭൂമിയിൽ അവശേഷിച്ചവർക്കു വീടുകൾ കെട്ടിക്കിടക്കുന്നിടത്തു ചെന്ന് പൊലീസു പൊക്കുന്നതു ന്യൂസിൽ കണ്ടു. അവരെയൊക്കെ കേന്ദ്ര സംരക്ഷണസേനയുടെ അധീനത്തിൽ ഒരു രഹസ്യകേന്ദ്രത്തിൽ കൂടുതൽ ചോദ്യം ചെയ്യലിനു വിധേയരാക്കുകയാണത്രെ. വിടുതൽ കിട്ടുക എളുപ്പമല്ലെന്നു മാത്രമല്ല ശിക്ഷാവിധി വരുംവരെ ജാമ്യമില്ലാത്തടവുകാരായി കഴിയേണ്ടിയും വരും. അതിൽ ജയദാസും പെട്ടോ എന്തോ. പെട്ടെങ്കിൽ പ്രശ്നമില്ല. അവൻ അടങ്ങിക്കോളും. നേർവഴിക്കു വരാനും മതി. പുറത്താണെങ്കിൽ അശ്വത്ഥാമാവിന്റെ കാര്യം പോലെയാവും. ഇരുട്ടിൽ അടുത്തോ അകലത്തോ എന്നു തിട്ടമില്ലാത്തൊരു അജ്ഞാത

സാന്നിദ്ധ്യം. അതൊരു വല്ലാത്ത അസ്വസ്ഥതയാവും. ജനാധിപത്യ ഭരണസംവിധാനങ്ങളെ സംബന്ധിച്ചിടത്തോളം ഭാവിയിലേക്കും സഞ്ചരിക്കുന്ന നിത്യമായ ഭീഷണി തന്നെയാണത്.

കഷ്ടമെന്നു ജയശ്രീ വിലപിച്ചു. അവന്റെ ഒപ്പം പഠിച്ചിരുന്ന പയ്യന്മാരൊക്കെ ഓരോരോ നിലകളിൽ എത്തിപ്പെട്ട് നന്നായി കാശുണ്ടാക്കി ജീവിക്കുമ്പോൾ ആണിത്. ഞങ്ങളുടെ വ്ളോഗിൽ സഹകരിക്കേണ്ട, ചുമ്മാ ഒന്നു കണ്ടേച്ചാൽ മതിയായിരുന്നല്ലോ, അവന് നേർവഴിക്കു വരാമായിരുന്നല്ലോ എന്നൊക്കെ അവളുടെ എണ്ണിപ്പെറുക്കിയുള്ള നിലവിളി നീണ്ടു പോയി. ഏതാനും ദിവസങ്ങൾ അങ്ങനെ ചെലവിട്ട ശേഷം പിന്നീട് അതിനെക്കുറിച്ചൊന്നും കൂടുതൽ ചിന്തിക്കാൻ ജയശ്രീയും താൽപ്പര്യം കാണിച്ചില്ല. കാരണം സദാ ചിരിച്ചു കൊണ്ടിരിക്കുന്ന ജയഹരിയാണിപ്പോൾ ഞങ്ങളെ തുറിച്ചു നോക്കുന്ന വെല്ലുവിളി. നിശ്ശബ്ദമായ ചിരി. ഇരുട്ടത്തും വെട്ടത്തും ഒരേ ചിരി. ഞങ്ങൾ കെട്ടിപ്പൊക്കിയ നോട്ടു കൊട്ടാരം അടപടലേ ഇടിഞ്ഞു വീണു പോകുന്ന വിധത്തിലുള്ള ചിരി.

''ഇതിനെ എന്തു ചെയ്യും?'' ജയശ്രീ ചോദിച്ചു. ശരിയാണ് ചുമ്മാ ചിരിച്ചുകൊണ്ടിരിക്കുന്നതു കാണുമ്പോൾ എന്തോ പോലെ.

തുടർന്നുള്ള ദിവസങ്ങളിൽ ഞാൻ ഏറെക്കുറെ നിശ്ശബ്ദനായി എന്ന് പിന്നീട് ജയശ്രീ പറഞ്ഞാണ് അറിഞ്ഞത്. പെട്ടെന്നങ്ങു മൗനത്തിലേക്കു പോയത്രെ. അവൾ വിടാതെ കാരണം തിരക്കിയപ്പോൾ ഞാനതു പറഞ്ഞു. ''ആയിടെ കണ്ട ഒരു ദുസ്വപ്നമായിരുന്നു മനസ്സിൽ. അതായത് നമ്മുടെ പശ്ചിമഘട്ടമുണ്ടല്ലോ, അത് തല നിറയെ കാട്ടുതീയുമായി ഓടിയിറങ്ങി വന്ന് എന്നെ ഓടിച്ച് അറബിക്കടലിൽ കൊണ്ടേ ചാടിക്കുന്നു. ഉപ്പു വെള്ളം കുടിച്ച് ഞാൻ കൈ കാലിട്ടടിക്കുമ്പോൾ പശ്ചിമഘട്ടത്തിന്റെ താഴ്വരകളിൽ ആകെ പടർന്നു പിടിച്ചിരിക്കുന്ന വള്ളിപ്പടർപ്പുകൾ നിറയെ ചെറിയ പൂക്കൾപോലെ ജയഹരിയുടെ ചിരിക്കുന്ന അനേകം മുഖങ്ങൾ. ഓരോ മുഖത്തും എന്നെ ശരിക്കും 'ആക്കുന്ന' ചിരി.''

സത്യത്തിൽ ആ സ്വപ്നം കണ്ടത് ഇന്നത്തെ ഞാൻ ആണോ അതോ, എന്തൊക്കെ പറഞ്ഞാലും എന്റെ ഉള്ളിന്റെ ഉള്ളിൽ പോകാതെ നിൽക്കുന്ന ആ എൺപതുകളിലെ ഞാൻ ആണോ എന്നതായിരുന്നു എന്നെ ചിന്തയിലാഴ്ത്തിയത്. ആ ഞാൻ എന്റെ ഉള്ളിൽ ഇപ്പോഴും അവശേഷിക്കുന്നു എങ്കിൽ അത് അപകടമാണ്. ഇനിയങ്ങോട്ട് വയസ്സു ചെല്ലുന്തോറും ഇന്നത്തെ ഞാൻ ക്ഷീണിതനാവുകയും

അന്നത്തെ ഞാൻ നിരാശാഭരിതനെങ്കിലും താരതമ്യേന കരുത്തനായി 'എന്തു നേടി... ഒടുക്കം എന്തു നേടി? എന്നു ചോദിച്ചുകൊണ്ടിരിക്കുകയും ചെയ്താൽ പിന്നെ അങ്ങോട്ടുള്ള ജീവിതം ദുസ്സഹം.

പക്ഷേ അതിനെക്കുറിച്ച് ഏറെ ആലോചിച്ച് കടുത്ത അസ്വസ്ഥതയിലേക്കു പോകുന്നതിൽ നിന്നും എന്നെ ജയശ്രീ രക്ഷിച്ചു.

''ആഹാ... വെരി വെരി ഇന്ററസ്റ്റിങ്...'' ജയശ്രീ പറഞ്ഞു. അവൾ വേഗത്തിൽ ക്യാമറയും സ്റ്റാന്റും ഒക്കെ വച്ചിരിക്കുന്നിടത്തേക്ക് ഓടി.

''ഇതു തന്നെയാകട്ടെ നമ്മുടെ അടുത്ത വ്ളോഗിന്റെ വിഷയം. തലയിൽ തീയുമായി പശ്ചിമഘട്ടം നിങ്ങളെ ഓടിച്ചിടുന്നതൊക്കെ നിങ്ങൾ സാധാരണ ചറാപറാ പറയുന്നപോലെ സരസമായി തന്നെയങ്ങു പറയണം. നല്ല രസമായിരിക്കും. നിങ്ങൾക്കതു നന്നായി പ്രസന്റു ചെയ്യാൻ സാധിക്കും. ഇടയ്ക്കിടെ ജയഹരിയുടെ ചിരിയുടെ ഷോട്ടും കട്ടു ചെയ്തിട്ടു കൊടുത്താൽ ഐറ്റം പൊളിക്കും.''

അതു കേട്ടു ഞാനും ഉഷാറായി.

''ഷുവർ.''

നമുക്കു നല്ല റീച്ച് കിട്ടും. വ്യൂവേഴ്സ് സർവം മറന്നു ചിരിക്കും. സബ്സ്ക്രൈബേഴ്സ് കൂടും. ഉറപ്പാണ്. ഏതായാലും ടേക്കിനു മുമ്പ് മുഖം നന്നായൊന്നു ടച്ച് അപ്പ് ചെയ്തേക്കാം. മിക്കവാറും നരച്ചു കഴിഞ്ഞ മുടിയും മീശയുമൊക്കെ നന്നായി കറുപ്പിക്കുകയും വേണം എന്നൊക്കെ കരുതി കണ്ണാടി എടുത്തു വച്ചു. നിമിഷം കൊണ്ട് മീശയുടെയും താടിയുടെയും വെളുപ്പ് പാടെ നീക്കി. പക്ഷേ, കണ്ണാടിയിൽ തെളിഞ്ഞുവന്നത് ഇന്നത്തെ ഞാനല്ല.

എൺപതുകളിലെ ആ ശ്രീനാഥ് മേനോനാണ്. നല്ല ആർജ്ജവമുള്ള മുഖം. എന്തൊരു ആത്മാർത്ഥതയാണ് അയാളുടെ കണ്ണുകളിൽ. ചോദ്യം ചോദിക്കാൻ വെമ്പുന്ന പുരികങ്ങൾ. ധീരവും സത്യസന്ധവുമായ മുഖഭാവം. ലോകത്തെ തന്നെ ഉഴുതു മറിക്കാൻ പോന്ന തീക്ഷ്ണമായ നോട്ടം. ഞാനപ്പോൾ ഒരു പാട്ടിന്റെ ആദ്യ വരി കേട്ടു. അകലെയെങ്ങോ ആരോ ആർക്കോ ആവേശത്തോടെ പാടിക്കൊടുക്കുന്നു. ആരൊക്കെയോ ആവേശത്തോടെ ഏറ്റു പാടുന്നു.

''നീയതു കേൾക്കുന്നുണ്ടോ?'' ഷൂട്ടിന് ക്യാമറയൊരുക്കുന്ന ജയശ്രീയോടു ഞാൻ ചോദിച്ചു.

തിരക്കിട്ട് ലൈറ്റ് സ്റ്റാന്റുകൾ വയ്ക്കുന്നതിനിടയിൽ അവൾ ഈർഷ്യയോടെ ഇല്ലെന്നു പറയുകയും ഞാൻ ഷൂട്ടിന് റഡിയാകാൻ അമാന്തം കാണിക്കുന്നതിന് അരിശപ്പെടുകയും ചെയ്തു.

അപ്പോഴാണ് എനിക്ക് അങ്ങനെ തോന്നിയത്. ഈ ജയശ്രീ കണ്ണാടിയിലെ ആ ശ്രീനാഥ് മേനോന് ഒട്ടും മാച്ചല്ല.

അവളെയും കാണിച്ചു കൊടുത്തു. അവൾക്കും തോന്നി അത്. അതുകൊണ്ട് ഞാൻ അവളോട് കണ്ണാടിക്കു മുന്നിൽ ഇരിക്കാൻ പറഞ്ഞു.

''ഞാൻ നിന്നെ പഴയ തീപ്പൊരിയാക്കിത്തരാം. വലിയ പണിയില്ല. ഒരു ചെറിയ ടച്ച് അപ്പ് മതി.''

അതിലും എളുപ്പവഴിയുണ്ട്. നിങ്ങൾ കണ്ണാടിക്കു മുന്നിൽ തന്നെ ഇരിക്കൂ എന്നു പറഞ്ഞ് അവൾ അപ്പുറത്തേക്കു പോയിട്ട് ഒരു ചെറിയ ചെപ്പുമായി വന്നു. അതിൽ നിന്നൊരു നുള്ളെടുത്ത് അവളെന്റെ എൺപതുകളിലെ ആ ചോദ്യം ചോദിക്കാനോങ്ങി നിൽക്കുന്ന പുരികക്കൊടികൾക്കു നടുവിൽ നിന്നും നെറ്റിയുടെ മുകളറ്റത്തേക്ക് ഒരു കുറി വരച്ചു. നെറ്റിയിൽ നിന്ന് മുന്നോട്ടു പോയി മൂർദ്ധാവിൽ ചെന്നെത്തുന്നൊരു കുങ്കുമപ്പാത.

''ഇപ്പോൾ ശരിയായില്ലേ?'' ജയശ്രീ ചോദിച്ചു.

തിരുനെറ്റിയിൽ തിലകക്കുറി ചാർത്തി കുലസ്ത്രീയെപോലെ നിൽക്കുന്ന ജയശ്രീയെ നോക്കി ഞാൻ സംതൃപ്തിയോടെ തലയാട്ടി.

■

വാഗസ്ത്രം

ഈ കഥയുടെ വായനയിൽ ഇതിന്റെ ആറാമത്തെ പേജിലെ നാലാമത്തെ പാരഗ്രാഫു വരെ അയാൾക്ക് യാതൊരു ബുദ്ധിമുട്ടും തോന്നിയിരുന്നില്ല. തുടക്കം വായിച്ചപ്പോൾ തന്നെ എളുപ്പത്തിൽ കഥയിലേക്കു കടക്കാനുമായി.

''ആ നഗരത്തിലെ അഞ്ച് ഇടങ്ങളിലുള്ള ക്യാമറക്കണ്ണുകളിലായി അവളുടെ ഈ അവസാന ദിവസം അടയാളപ്പെടുക തന്നെ ചെയ്യും.''

എന്ന ആ തുടക്കം അയാളെ ആദ്യമേ ഒന്നു കൊളുത്തിപ്പിടിച്ചു. ''വായനക്കാരെ തുടക്കത്തിലേ കൊത്തിയെടുക്കാനാവണം'' എന്ന് ഈയടുത്ത് ഒരു എഴുത്ത് ശിൽപ്പശാലയിൽ സാഹിത്യ വിദ്യാർത്ഥികളോടു പറഞ്ഞത് അയാൾ അപ്പോൾ ഓർക്കുകയും ചെയ്തു. അതിൽ പങ്കെടുത്ത പെൺകുട്ടികളിൽ ആരെങ്കിലുമാണോ കഥ അയച്ചിരിക്കുന്നത് എന്നറിയാൻ തെല്ല് ഔത്സുക്യത്തോടെ നോക്കി. ഫോട്ടോ കണ്ടിട്ട് പരിചയമൊന്നും തോന്നിയില്ല.

ക്യാമ്പിൽ പങ്കെടുത്ത ആളായിരുന്നെങ്കിൽ പ്രസംഗിച്ചതിന് ഒരു ഗുണമുണ്ടായെന്ന് ആശ്വസിക്കാമായിരുന്നല്ലോ എന്നോർത്ത് വായന തുടർന്ന അയാളെ രണ്ടാമത് ആകർഷിച്ചത് കഥയ്ക്കുള്ള ഒഴുക്കാണ്.

''വീട്ടിലെ ആൾക്കണ്ണാടിക്ക് അവൾ തന്റെ ആകാരഭംഗി പതിച്ചു കൊടുത്തു. അവസാനത്തെ ടച്ച് അപ്പ് എന്ന പോലെ നെറ്റിയിലേക്കു വീണുകിടന്നിരുന്ന മുടിച്ചുരുൾ എടുത്ത് ഇടതുവശത്തേക്ക് തിരുകി വച്ചു. കണ്ണാടിയിൽ നിന്ന് പൊട്ട് ഇളക്കിയെടുത്ത് പുരികങ്ങൾക്കു നേരേ നടുവിൽ വച്ചു. ആകപ്പാടെ ഒന്നു നോക്കി. തൃപ്തയായെങ്കിലും ഉള്ളിൽ നിന്നൊരു നെടുവീർപ്പുയർന്നു. ശേഷം നഗരത്തിലെ ആ അഞ്ചു ക്യാമറച്ചില്ലുകളിലേക്ക് സ്വയമറിയാതെ പതിയാനായി അവൾ തിരിഞ്ഞു''

എന്നു തുടങ്ങി മുന്നോട്ടു കഥ പോകുന്തോറും അയാളറിയാതെ ആ കഥയുടെ, അതിലെ ജീവിതത്തിന്റെ ഭാഗമായിപ്പോയി. ഇങ്ങനെ

വേണം, ഇതാണ് എഴുത്ത് എന്ന് ഉള്ളു മന്ത്രിച്ചു. ഒരു കഥയുടെ വായനാസംബന്ധമായ ഒഴുക്കിന്റെ രഹസ്യമടങ്ങിയിരിക്കുന്നത് അതിലെ വാചകങ്ങളുടെ, വാക്കുകളുടെ അടുക്കിവയ്പ്പിലാണ് എന്ന് പൊതുവേ സാഹിത്യ ക്യാമ്പുകളിൽ അയാൾ പറയാറുണ്ട്. അതുപോലെ സൂക്ഷിച്ചു മാത്രം വാക്കുകൾ നിരത്തിയ ഒരു കഥ വായിച്ചിട്ട് നാളുകളായി. ഈയടുത്ത കാലത്തായി പലർക്കും വായനാലോകത്തെ ഒന്നുണർത്താൻ പോലും കഴിയാത്തിടത്ത് ഈ പെൺകുട്ടി--മെയ്ലിലെ പ്രൊഫൈൽ ഫോട്ടോയിൽ അവൾക്ക് കഷ്ടിച്ച് ഒരു 20 വയസ്സു വരാം-എത്ര വശ്യമായി എഴുതുന്നു എന്നോർത്തപ്പോൾ സത്യം, അയാൾക്ക് ഈ കഥയെഴുത്തുകാരിയോട് കൂടുതൽ മതിപ്പു തന്നെ തോന്നിപ്പോയി. ഇപ്പോൾ എഴുതുന്ന എല്ലാ എഴുത്തുകാർക്കും ഇവൾ ഒരു വെല്ലുവിളിയായിരിക്കുമെന്നും അത് എഴുത്തിൽ ആരോഗ്യകരമായ ഒരു മത്സരത്തിന് കളമൊരുക്കുമെന്നും അതോടെ കഥാസാഹിത്യം പുഷ്ടിപ്പെടുമെന്നും അയാൾ കരുതി. പക്ഷേ, എല്ലാം വന്നു തടഞ്ഞുനിന്നത് ആ അഞ്ചാംപേജിലെ ആറാം പാരഗ്രാഫിലെ ഏഴാം വാചകത്തിലെ എട്ടാമത്തെ വാക്കിലാണ്.

വാക്ക്...

പച്ചപ്പുല്ലിൽ, വെയിലിൽ തിളങ്ങിക്കിടക്കുന്ന പാമ്പിന്റെ സൗന്ദര്യമാണതിന്. എന്നാൽ അറപ്പുളവാക്കാനും അതിനു പറ്റും. വിഷം ചീറ്റാനും ആഞ്ഞു കൊത്താനും. പേടിയാണ് അതിനെ. പറയുന്നിടത്തും കേൾക്കുന്നിടത്തും പ്രത്യേകിച്ച് എഴുതുന്നിടത്തും. വാക്കാൽ നിന്ദിക്കപ്പെടാനോ നിന്ദിക്കാനോ ശരിക്കും അയാൾ ആഗ്രഹിച്ചിട്ടല്ല. എന്നിട്ടും വേണ്ടപ്പെട്ടവർ പോലും എത്രയോ വട്ടം വാക്കുകൾ കൊണ്ടയാളെ ദയാരഹിതമായി കീറിമുറിച്ചിട്ടുണ്ട്. അതുപോലെ എത്രയോ നിന്ദാഗർഭമായ വാക്കുകൾ അയാളിൽ നിന്നു വന്നിട്ടുണ്ട്. എത്രയോ പേരെ അതു മുറിവേൽപ്പിച്ചിട്ടുണ്ട്. കൃത്യം കണക്ക് അയാൾക്കു തന്നെ അറിയാം. കിട്ടിയതും കൊടുത്തതും എല്ലാം ചേർത്ത് ഒരു കെട്ടു കെട്ടി ഓർമ്മകൾക്കപ്പുറത്തേക്ക് എറിഞ്ഞിട്ട്, ഇനിയങ്ങോട്ട് ഓരോ വാക്കും ശ്രദ്ധിച്ചേ ഉപയോഗിക്കൂ എന്നും ഒരു വാക്കും ഇങ്ങോട്ടു വന്ന് മുറിപ്പെടുത്താൻ ഇട കൊടുക്കില്ലെന്നും അയാൾ ഉറപ്പിച്ചിട്ട് കുറച്ചു നാളേ ആയിട്ടുള്ളൂ. എന്നിട്ടും വളരെ അടുത്തവരിൽ നിന്നു പോലും വന്ന ചില വാക്കുകൾ അയാളെ വിഷമിപ്പിച്ചിരുന്നു. എന്നാൽ അടുത്ത നിമിഷം തന്നെ അതു മറന്നു കളയും. അങ്ങനെ ആ വാക്കിനെ മറി കടന്ന് മനസ്സു വീണ്ടും ശുദ്ധമാക്കിയെടുക്കാൻ കഴിഞ്ഞതിൽ അഭിമാനിക്കുകയും ചെയ്യും. നമ്മളെ സന്തോഷിപ്പിക്കാനും ദുഃഖത്തിലാഴ്ത്താനുമുള്ള അവകാശം നമുക്കല്ലാതെ മറ്റൊന്നിനും ഇല്ല എന്നതായിരുന്നു ഏറ്റവും അവസാനമായി ജീവിതം അയാളെ പഠിപ്പിച്ചിരുന്നത്. അത് അങ്ങേയറ്റം പാലിച്ചു

കൊണ്ടു വലിയ മാനസിക അലട്ടില്ലാതെ ഇങ്ങു പോന്നിട്ട് ഒടുക്കം ഇപ്പോൾ ഈ ഒരു വാക്കിനു മുന്നിൽ തട്ടിത്തടഞ്ഞു നിൽക്കുകയാണ് അയാൾ.

ഒരു പോം വഴിക്കായി കഥയിൽ തൊട്ടു മുമ്പു വായിച്ച ഭാഗത്തിലേക്കു തന്നെ അയാൾ തിരികെ പോയി. വീട്ടിലെ കണ്ണാടിക്കു മുന്നിൽ നിന്നിറങ്ങിയ പെൺകുട്ടി റോഡിൽ ആദ്യത്തെ ക്യാമറയ്ക്കു മുന്നിൽപെടുന്ന ഭാഗം... അവിടെയാണ് അവൾ ഒരു കടയിൽ നിന്നും ഹെയർബാൻഡു വാങ്ങുന്നതും ബസ്സ്റ്റോപ്പിനു പിന്നിലേക്ക് തെല്ലു മാറി നിന്ന് ചുരുണ്ട് തിങ്ങിയ മുടി വാരിയൊതുക്കി ആ പുതിയ ഹെയർബാൻഡിടുന്നതും അപ്പോൾ മൊബൈലിൽ വരുന്ന കോൾ അറ്റൻഡു ചെയ്യുന്നതും രണ്ടര മിനിറ്റു നീണ്ട സംസാരത്തിനുശേഷം നീരസത്തോടെ സംസാരം നിറുത്തി ഫോൺ തോളിൽ നിന്ന് നീണ്ട് ഏതാണ്ട് അര വരെ കിടക്കുന്ന ചെറിയ ബാഗിലേക്ക് വയ്ക്കുന്നതും ശേഷം കെ.എൽ 42 C 1009 എന്ന നമ്പറുള്ള ഓട്ടോയിൽ കയറിപ്പോകുന്നതും.

അവളുടെ മുഖത്ത് അൽപ്പം വിഷാദമോ വേവലാതിയോ ഉള്ളത് പരിസരത്തെ ഹോട്ടൽ മിറാൻഡയുടെ ക്യാമറയിൽ ശരിക്കും പതിഞ്ഞിരുന്നു എന്നു കഥാകാരി പറയുന്നുണ്ട്. സമയത്തിനെത്താനാവുമോ എന്നൊരു ആശങ്കയുള്ളതായും സൂചിപ്പിക്കുന്നു.

“സമയം...

അതു കടന്നു പോവുകയാണ്. അതിനു കാത്തുനിൽക്കുന്ന ഏർപ്പാടില്ല. അതിനൊപ്പം പോവുകയേ നിവൃത്തിയുള്ളൂ. അതിന്റെ ഒഴുക്കിൽപെട്ട് അങ്ങനെ നീങ്ങുക. അവളൊരു ചത്ത മത്സ്യമായിരിക്കാം. അപ്പോഴും ഒഴുക്ക് അവളെ കൊണ്ടുപോകും. അങ്ങനെ പോകുന്നതിൽ കാര്യമുണ്ടോ? ജീവനുണ്ടെന്നിരിക്കെ. അതുകൊണ്ടാവാം അവൾ ഒഴുകാമെന്നു വച്ചത്. അതും ഒഴുക്കിനൊത്തല്ല. ഒഴുക്കിനെതിരെ. സമയത്തിനപ്പുറത്തേക്ക്. എന്നാൽ സമയത്തിലൂടെ തന്നെ. നോക്കൂ. അവളിപ്പോൾ നമ്മുടെ കണ്ണിൽ നിന്നും മിസ്സ് ആയിരിക്കുന്നു. പക്ഷേ, നമുക്കവളെ കാണാം. സമയത്തിന്റെ ഒരു ചെറിയ ഇടവേളയ്ക്കു ശേഷം. ബ്രോഡ് വേയിൽ. അച്ചായൻസ് ഷൂ മാർട്ടിന്റെ ക്യാമറയിൽ. അവിടെ എന്താ നടക്കുന്നത്. കാണുക...”

ഇങ്ങനെ കൊച്ചു കൊച്ചു വാചകങ്ങളിലൂടെ കഥ പുരോഗമിക്കുകയാണ്. അയാളെ ഏറെ ആകർഷിച്ചത് കഥയിലെ ഈ ചെറിയ വാചകങ്ങളാണ്. ഇങ്ങനെയുള്ള കഥകളോട് അയാൾക്ക് വലിയ സ്നേഹമാണ്. പണ്ട് കഥകളെഴുതിയിരുന്ന കാലത്ത് പരമാവധി മൂന്നോ നാലോ വാക്കുകൾ മാത്രം നിരത്തിയ കൊച്ചു കൊച്ചു വാചകങ്ങൾ കോർത്ത് കഥയെഴുതാനും അതൊരു ശൈലിയാക്കാനും ആ

ശൈലിയിൽ മാത്രം ശ്രദ്ധിക്കപ്പെടാനും അയാൾ ആഗ്രഹിച്ചിരുന്നു. പിന്നീട് വായിക്കുന്ന കഥകളിൽ അങ്ങനെയുള്ള രചനകളുണ്ടോ, ഉണ്ടെങ്കിൽ അവയെ പ്രത്യേകം ശ്രദ്ധിക്കണം എന്നൊക്കെ കരുതിയിരുന്നു. അപൂർവമായേ കണ്ടിരുന്നുള്ളൂ. അവ പോലും മൊത്തത്തിൽ കൊള്ളുകയുമില്ല. വല്ലാതെ നീണ്ടു പോകുന്നവ. ചെറുകഥ എന്നു പറയാനാവില്ല. നീളൻ വാചകങ്ങൾ ചേർത്ത് ഏറെ പരത്തി വിശദമാക്കി പേജു കണക്കിന് നീട്ടി ഒടുക്കം കഥയുമല്ല, നോവലറ്റുമല്ല, വേണമെങ്കിൽ ഒരു നോവലിന്റെ കഥാസാരമായി കാണാമെന്ന രൂപത്തിൽ വരുന്ന ഒട്ടേറെ എണ്ണങ്ങൾക്കിടയിലേക്കാണ് ഓളപ്പരപ്പിൽ തെന്നിത്തെന്നി പോകുന്ന തുമ്പിയെപ്പോലെ ചെറിയ ചെറിയ വാക്കുകൾ കൊണ്ടു നൃത്തം ചെയ്യിക്കുന്ന ഈ കഥയുടെ വരവ്–

“അച്ചായൻസ് ഷൂ മാർട്ടിനു പുറത്തെ ക്യാമറയുടെ ഒരു കാര്യം. അതങ്ങനെ അലസമായി കണ്ണും തുറന്നിരിക്കും. ദിവസം തുടങ്ങുന്നതു മുതൽ ഒടുങ്ങും വരെ. തെരുവ് ജീവിതത്തിനു വരുന്ന വ്യതിയാനങ്ങളും കണ്ടുകണ്ട്. എന്തൊക്കെ കാണുന്നു...അഥവാ കാണേണ്ടി വരുന്നു. തുടർച്ചയായ കാഴ്ചകൾ.. അതിലേക്കാണ് അവൾ വന്നിറങ്ങിയത്. ഓട്ടോയിൽ നിന്നിറങ്ങി അവളൊന്നു ചുറ്റും നോക്കി. പെട്ടെന്ന് ഷൂ മാർട്ടിന്റെ ഇടത്തേയറ്റത്ത് അവനെ കണ്ടു. അവൻ ചാര ജീൻസിലും കടും മഞ്ഞ ടീ ഷർട്ടിലും. –ഓ, കൂടുതൽ സുന്ദരനായിരിക്കുന്നു. അവനെ കണ്ടിട്ടും അവളുടെ മുഖത്ത് സന്തോഷമില്ല. അവനാകട്ടെ അതു ഭാവിക്കുന്നുമുണ്ട്. ആകാശം മൂടിക്കെട്ടി നിന്നു. എപ്പോൾ വേണേലും പെയ്യാം.”

‘എപ്പോൾ വേണേലും’ ആ വാചകം ‘എപ്പോൾ വേണമെങ്കിലും’ എന്നു പ്രിന്റൗട്ടിൽ ചുവന്ന മഷി കൊണ്ട് വെട്ടിയെഴുതിയിട്ട് അയാൾ പിറുപിറുത്തു: “പ്രാദേശിക ഭാഷയോട് പുതിയ പിള്ളേർക്ക് വല്ലാത്തൊരു ക്രെയ്സാണ്.”

എന്നാൽ അതിലും പ്രാധാന്യമുള്ള ഒരു തിരുത്തിലേക്കാണ് കഥ അയാളെ എത്തിച്ചത്. അച്ചായൻസ് ഷൂ മാർട്ടിന്റെ മുന്നിലെ ക്യാമറയുടെ ദൂരക്കാഴ്ചയിൽ അവളും അവനും തെല്ലു മാറി അൽപ്പം നീരസത്തോടെ സംസാരിച്ചു നിന്നശേഷം മങ്ങിയ ഒരു കാഴ്ചയിൽ അവൾ മനസ്സില്ലാമനസ്സോടെ ബൈക്കിൽ അവനോടൊപ്പം കയറിപ്പോകുന്നതായി കഥയിൽ പറയുന്നുണ്ട്. ശേഷം നഗരത്തിലെ ബാലൂസ് എൻട്രൻസ് കോച്ചിങ് സെന്ററിനു മുന്നിലെ ക്യാമറയിലേക്കാണ് കഥ നീളുന്നത്. അയാളെ തികച്ചും സന്ദേഹത്തിലാഴ്ത്തിയ ആ സന്ദർഭത്തിലേക്ക്.

“ബാലൂസ് എൻട്രൻസ് കോച്ചിങ് സെന്ററിനു മുന്നിലെ ക്യാമറ അവളെ ഉദാസീനമായി നോക്കി. അവിടെ വന്നു പോകുന്ന പലരെയും

എന്നപോലെ. എങ്കിലും ആ പെൺകുട്ടിയുടെ മുഖത്തെ അമർഷവും സങ്കടവും ക്യാമറ സൂക്ഷ്മമായി കണ്ടു. അവന്റെ മുഖത്തെ കൂസലില്ലായ്മയും. പെട്ടെന്ന് അവളെന്തോ പറഞ്ഞു. കടുത്ത ദേഷ്യത്തോടെ. അവസാനമായി നൽകുന്ന താക്കീതിന്റെ മൂർച്ചയോടെ. തുടർന്നു അവർ തമ്മിൽ ദേഷ്യത്തിൽ പറഞ്ഞത് ക്യാമറയ്ക്കു കേൾക്കാനായില്ല. എന്നാൽ അവരുടെ ചുണ്ടനക്കത്തിനനുസരിച്ച് അത് ഇങ്ങനെ ഭാവന ചെയ്താലും വലിയ തെറ്റു വരില്ല.

അരിശത്തോടെ അതിലേറെ അവജ്ഞയോടെ അവൻ:

"ചെയ്യുന്നതിനൊക്കെ വിശദീകരണം തരാൻ എനിക്കു മനസ്സില്ലെങ്കിലോ? എന്തു ചെയ്യും നീ? ങ്ഹും... ഒരുത്തിയോട് ഇത്തിരി അടുത്തു പോയെന്നു വച്ച് വേറൊന്നിലേക്കും തിരിയാൻ പാടില്ലാന്നു പറഞ്ഞാൽ?"

കോപം കൊണ്ടു ചുവന്ന കണ്ണുകളോടെ അവനെത്തന്നെ നോക്കി നിന്നിട്ട് അവൾ: "വാക്ക് എന്നൊന്നുണ്ട്. അതു കൊടുത്താ അതിലൊറച്ച് നിക്കണം. നെനക്കൊറപ്പില്ല. നെനക്കെള്ളത് ആർത്തിയാണ്. വെറി പിടിച്ച കാളേ പോലെ എവടേം കേറി ചെല്ലണംന്നേള്ള് നെനക്ക്."

അവന്റെ കൂട്ടുപുരികത്തിൽ ഒന്ന് തെല്ലുയർന്നു. ദേഷ്യം വരുമ്പോൾ അവന് അങ്ങനെയാണ്. അവന്റെ കണ്ണുകളും ചുവന്നു. ശബ്ദം തെല്ലു പതറി: "കാളയോ? ഞാനോ? ആണേത്തന്നെ ആദ്യമിതു തോന്നിയില്ലല്ലോ. അന്നും ഞാൻ ഇങ്ങനൊക്കെ തന്നെയായിരുന്നു."

അവൾ: "ഇല്ലയില്ല. എന്റെ മുമ്പില് നീ വേറെ റോളിലായിര്ന്ന്. പറ്റിപ്പോയെനിക്ക്."

സങ്കടം തെല്ലു തുളുമ്പി. നേരിയ ചുവപ്പുരാശിയുള്ള ചുണ്ടുകൾ വിറകൊണ്ടു. എങ്കിലും ദേഷ്യം വിടാതെ അവൾ അവനെ തറഞ്ഞു നോക്കിത്തന്നെ നിന്നു. അവരെ കടന്ന് ഏതാനും ആൺ-പെൺ കുട്ടികൾ കോച്ചിങ് സെന്ററിലേക്കു പോയി. അവൻ അവളെ അലസമായി അടിമുടിയൊന്നു നോക്കി. പുച്ഛത്തോടെ പിറുപിറുത്തു:

"ജസ്റ്റൊാര് സോഷ്യൽ സെൻസ്. അതെങ്കിലും വേണം. എങ്ങനെ! ഇനം മറ്റേതല്ലേ? സംസ്കാരമെന്നു പറയണത് പാരമ്പര്യത്തിലേ ഇല്ലല്ലോ. അല്ലേ തന്നെ ഇക്കാര്യം അറിഞ്ഞപ്പഴേ അമ്മ ചോദിച്ചതാ, ചോത്തി തന്നെ വേണോടാ. ജാത്യാലെള്ളത് തൂത്താ പോവോ-ന്ന്."

തിളയ്ക്കുന്ന രോഷത്തോടെ അവൾ അവന്റെ മുഖത്തിനു നേരേ അടുത്തു. "ന്താ നെന്റെ അമ്മ പറഞ്ഞത്? പറയ്ടാ... ഒന്നൂടെ പറയ്.. ചോത്തി, അല്ലേ? അതേ ചോത്തിയാണ്. ചോനുണ്ടായതാണ്. പക്ഷേ,

അത് മോന്തിക്ക് ആർക്കെങ്കിലും അറവാതിൽ തുറന്നു കൊടുത്തിട്ടല്ല.''

അവിടെ അയാളുടെ വായന ഉടക്കി. കഥ നഗരത്തിലെ നാലാമത്തെയും അഞ്ചാമത്തെയും ക്യാമറക്കണ്ണുകളിലേക്ക് കൃത്യം മൂന്നു പാരഗ്രാഫിലൂടെ നീണ്ടതിനു ശേഷം വരുന്ന അവസാനമെന്തെന്ന് ഓടിച്ചൊന്നു നോക്കി അറിഞ്ഞുവെങ്കിലും തിരികെ വന്ന് അയാൾക്ക് ആ വാക്കിൽ തന്നെ തടഞ്ഞു നിൽക്കേണ്ടി വന്നു. അവിടെ കാര്യമായെന്തെങ്കിലും ചെയ്തേ പറ്റൂ. ആ സംഭാഷണത്തിന്റെ വിഷയം തന്നെ മാറ്റുകയേ വഴിയുള്ളൂവെന്നും തോന്നി. അത് അതേ പടി വന്നാൽ പരക്കെ മുറുമുറുപ്പുണ്ടായേക്കുമെന്നും അതൊരു പിറുപിറുപ്പായി ഒടുക്കം ഒരു ആരവം തന്നെയാകുമെന്നും അത് തന്റെ പത്രാധിപസ്ഥാനത്തെ തന്നെ ബാധിക്കുമെന്നും ഉറപ്പുണ്ട്.

ഒന്നു രണ്ടു ദിവസങ്ങൾ തീരുമാനമൊന്നുമില്ലാതെ പോയി. അതിനകം 30–40 കഥകൾ അയാൾ വായിച്ചു തള്ളി. അതിൽ നിന്നൊരു കഥ പോലും കണ്ടെത്താനായില്ല. വീണ്ടും ആ പെൺകുട്ടി എഴുതിയ കഥയിലേക്കു തന്നെ വരേണ്ടി വന്നു. പല തവണ വായിച്ചു. ഓരോ വായനയും ആ സംഭാഷണത്തിൽ തട്ടി തടഞ്ഞു നിന്നു. കഥ കൊള്ളാനോ തള്ളാനോ വയ്യാത്ത സ്ഥിതി.

അതൊരു വല്ലാത്ത വീർപ്പുമുട്ടലായി. അതിന്റെ പിരിമുറുക്കത്തിൽ അയാൾ ചുവന്ന മഷിയുടെ പേനയെടുത്ത് 'ചോത്തി തന്നെ വേണോടാ... ജാത്യാലെള്ളത് തൂത്താ പോവോ–' എന്ന സംഭാഷണത്തിലെ 'ചോത്തി' എന്നത് 'ചോവത്തി' എന്നു വെട്ടി എഴുതി. ഒന്നു സംശയിച്ചിട്ട് ഒന്നു കൂടി മാറ്റി: 'ഈഴവത്തി'. എന്നിട്ടും തൃപ്തി വരാതെ 'ഈഴവ സ്ത്രീ' എന്നു തന്നെ എഴുതി ഉറപ്പിച്ചു. തുടർന്നുള്ള അവളുടെ പൊട്ടിത്തെറിച്ചുള്ള മറുപടി പാടെ ഒഴിവാക്കി. പകരം 'അവൾ അതിനു മറുപടി പറയാനാവാതെ സ്തബ്ധയായി നിന്നു' എന്നെഴുതി ചേർത്തു.

ഒരു കയ്പ്പ് ഉള്ളിൽ തോന്നിയത് ഗൗനിക്കാതെ കഥ ഇലസ്ട്രേഷനു വേണ്ടി ലേ-ഔട്ട് ഡസ്കിലേക്കു വിട്ട് അയാൾ സുരക്ഷിതനായതിന്റെ ആശ്വാസത്തോടെ ഓഫീസു വിട്ടിറങ്ങി. പതിവുപോലെ തെല്ലകലെയുള്ള വാസസ്ഥലത്തേക്ക് തിരക്കേറിയ വീഥിയുടെ ഓരം ചേർന്ന് മെല്ലെ നടക്കാൻ തുടങ്ങി. ഒരു ഉദാസീനത ബാധിച്ചിരുന്നതുകൊണ്ട് ഇരമ്പുന്ന വാഹനങ്ങളോ എന്തിനെന്നില്ലാതെ പായുന്ന ആളുകളോ ആകാശം തുളച്ചു കയറി നിൽക്കുന്ന കെട്ടിടങ്ങളോ കണ്ടില്ല. കുറച്ചങ്ങു നടന്നപ്പോൾ അയാൾക്കു തോന്നി താനൊട്ടും നടന്നിട്ടില്ലെന്നും ഇപ്പോഴും ആ വാക്കിൽ തടഞ്ഞു നിൽക്കുകയാണെന്നും.

ആ നിമിഷം പഴയ ഓരോർമ അയാൾക്കുണ്ടായി. കൗമാരകാലത്ത് അയാൾ സ്വന്തം വീടിന്റെ പടിക്കലായി ഒരു ചങ്ങാതിയുമായി വെറുതെ ഓരോന്നു പറഞ്ഞും ചിരിച്ചും നിൽക്കുകയായിരുന്നു. അവൻ ക്രിസ്ത്യാനിയായിരുന്നു. പീറ്റർ എന്നായിരുന്നു അവന്റെ പേര്. വഴിയേ കുർബ്ബാന കഴിഞ്ഞ് പെണ്ണുങ്ങളും ആണുങ്ങളും പോകുന്നുണ്ടായിരുന്നു. എന്തോ പറഞ്ഞ കൂട്ടത്തിൽ പീറ്റർ പറഞ്ഞു ''ഹല്ല, നമുക്കൊരു നെലേം വെലേമില്ലേട!'' അതു കേട്ട് അതിനു മറുപടി പോലെ കുഞ്ഞന്നാമ്മ എന്ന വൃദ്ധ തിരിഞ്ഞ് പീറ്ററിനോടായി ''എന്നട്ടാണാ ഈ ചോന്റ പടിക്കേ വന്നു നിക്കണാ'' എന്ന് അയാളെ കൊള്ളിച്ചുതന്നെ ചോദിച്ചു. അതിനു പകരം പറയാനാവാതെ അയാൾ നിന്നു പോയി. പീറ്ററും വല്ലാതെയായി.

ഇപ്പോൾ, അല്ലെങ്കിൽ ഇത്തിരി മുമ്പുണ്ടായതുപോലെ ആ ഓർമ്മ അയാളെ വീണ്ടും ഒരിക്കൽ കൂടി പൊള്ളിച്ചു. കുഞ്ഞന്നാമ്മ പറഞ്ഞ ആ വാക്കിൽ തട്ടി അന്നു താൻ നിന്നു പോയി. പ്രതികരിക്കാനൊട്ടും കഴിഞ്ഞില്ല. കഥയിലെ പെൺകുട്ടിയാകട്ടെ ചോത്തി, എന്ന ആക്ഷേപത്തിനു നേരേ പുരികമുയർത്തി ചുട്ട മറുപടി കൊടുത്തിരിക്കുന്നു. അത് തിരുത്തി അതിന്റെ രൂക്ഷത കുറച്ച് സ്വന്തം കസേര ഉറപ്പിക്കാൻ നോക്കിയ താൻ ഇപ്പോഴും ആ കുഞ്ഞന്നാമ്മയുടെ മുന്നിൽ തന്നെ നാവാട്ടം മുട്ടി നിന്ന അതേ ആളാണ്.

ഖിന്നനായി അങ്ങനെ നിൽക്കെ പിന്നിൽ നിന്നൊരു പെൺകുട്ടി അബദ്ധത്തിൽ എന്ന പോലെ അയാളുടെ ചുമലിൽ ശക്തിയായി വന്നിടിച്ച് എന്നാൽ ക്ഷമയൊന്നും പറയാതെ മുന്നോട്ടു നീങ്ങി റോഡിലെ വാഹനങ്ങൾക്കിടയിലൂടെ ചുറുചുറുക്കോടെ നടന്ന് റോഡു മുറിച്ചു കടന്ന് എതിരേയുള്ള ഒരു മാളിലേക്കു കയറിപ്പോയി. അടുത്ത നിമിഷം അവൾ തന്നെ, അതെ- അവൾ തന്നെ, വേറൊരു ദിശയിൽ നിന്നും ഫുട്പാത്തിലേക്കു കയറി നേരേ വന്ന് അയാളെ തെല്ലും ഗൗനിക്കാതെ വഴിയോരത്തേക്ക് ഒതുക്കിയിട്ട് അതിവേഗം കടന്നുപോയി. അതേസമയം മറ്റൊരു ദിക്കിൽ നിന്നും അതേ പെൺകുട്ടി അടക്കിയ ഒരു പുച്ഛച്ചിരിയോടെ അയാളെ കണ്ടിട്ടും കാണാത്ത മട്ടിൽ മറികടന്ന് മുന്നോട്ടു പോയി. മരവിച്ചു നിൽക്കേ അയാളെ അവിടെ തന്നെ നിർത്തിക്കൊണ്ട് ചുറ്റിനും അവളെ പോലുള്ള അനേകം പെൺകുട്ടികളുടെ ഒരു ലോകം മുന്നോട്ടു മുന്നോട്ടു ചലിച്ചുകൊണ്ടിരിക്കുന്നതായി അയാൾ കണ്ടു. ചുണയുള്ള ആ പെൺകുട്ടിയുടെ അതേ പകർപ്പുകൾ കൊണ്ട് തെരുവും നഗരവും നിറയുകയാണ്. കാറ്റിൽ ചുരിദാറിന്റെ കടും ചുവപ്പ് ഷാളുകൾ പതാകകൾ പോലെ ഉയർന്നു പാറുന്നു. അവ അവിടമാകെ വലിയൊരു സമ്മേളന നഗരിയാക്കി മാറ്റുകയാണെന്ന് അയാൾക്കു തോന്നി. ആ ഊറ്റത്തിനു

മുന്നിൽ തനിക്കുണ്ടെന്ന് അതുവരെ സ്വയം ബോധിച്ചിരുന്ന കഴിവുകൾ, പദവി, സ്ഥാനമാനങ്ങൾ, താൻ നേടിയ ബഹുമതികൾ- ഒക്കെയും നടുറോഡിൽ ഉടുവസ്ത്രത്തോടൊപ്പം ഉരിഞ്ഞുവീഴുമെന്നും തിക്കിലും തിരക്കിലും പെട്ട് വീണു ആ അസംഖ്യം പെൺകാലുകൾക്കടിയിൽ പെട്ട് തന്റെ നഗ്നശരീരം ചതഞ്ഞുപോയേക്കുമെന്നും അയാൾ ഭയന്നു.

അതത്രയും കണ്ട് എത്രയോ നേരം ആ പാതയോരത്തു അയാൾ നിന്നു. പരിചയത്തിൽ പെട്ട ഒരു എഴുത്തുകാരൻ ചുമലിൽ തട്ടി വിളിച്ചു. ഉള്ളിൽ നിന്നു വരാത്ത ഒരു ചിരി ചിരിച്ചുകൊണ്ട് അയാൾ ഓർമ്മിപ്പിച്ചു: ''അയച്ച കഥ ഒട്ടും വൈകാതെ കൊടുക്കണേ. കവറിൽ കൊടുക്കാൻ പറ്റിയ ഫോട്ടോ എടുത്തുവച്ചിട്ടുണ്ട്. അയയ്ക്കട്ടോ?''

അയാൾ അതിനു മറുപടി പറഞ്ഞില്ല. അതു പറഞ്ഞയാളെ കണ്ടതേയില്ല. ആ പെൺകുട്ടിയുടെ നേർരൂപങ്ങൾ തീർത്തും ഒഴിഞ്ഞു പോയ തെരുവിലേക്കു തന്നെ പിന്നെയും നോക്കി നിന്ന് ഒന്നു നിശ്വസിച്ചു.

അരികിൽ സ്ലാബു പൊട്ടി വല്ലാത്തൊരു വാടയുണ്ടാക്കിക്കൊണ്ടു തുറന്നു കിടന്ന കാനയിൽ മഴക്കാറു തിങ്ങിയ ആകാശം തെളിഞ്ഞു. പൊട്ടി വീഴും പോലെ മഴ പെയ്യാം. അയാൾ കുടയെടുത്തിട്ടില്ല. ഫ്ളാറ്റിലേക്കു എത്താനാണെങ്കിൽ ഓട്ടോ പിടിക്കണം. ഓഫീസിലേക്ക് തിരികെ ചെല്ലാനാവട്ടെ ഒന്നു വലിഞ്ഞു നടന്നാൽ മതി.

അയാൾ പക്ഷേ ഓട്ടോ പിടിച്ചു. സുഭദ്രമായ ജീവിതത്തിന് അത്യന്താപേക്ഷിതമായ ഓഫീസിനും സ്വസ്ഥമായ ജീവിതത്തിന് അവശ്യം അവശ്യമായ വീടിനും മധ്യേ സുരക്ഷിതമായി സഞ്ചരിച്ചുകൊണ്ടിരിക്കെ ഇക്കഴിഞ്ഞതൊക്കെ ഒരു ചെറുകഥയാണെന്ന് അയാൾ സങ്കൽപ്പിച്ചു. അതിന്റെ അവസാനവരികൾ താൻ ഇങ്ങനെ തിരുത്തിയതായി സ്വപ്നം കണ്ടു-

''ഫ്ളാറ്റിലേക്ക് എത്താൻ അയാൾ ഒരു ഓട്ടോയ്ക്കു കൈ കാണിച്ചില്ല. പകരം ഓഫീസിലേക്കു തന്നെ തിരിച്ചു നടന്നു. ലേ ഔട്ടിൽ നിന്നും ആ കഥ തിരികെ വാങ്ങി അതിലെ ഈഴവസ്ത്രീ എന്നതു ചുവന്ന മഷി കൊണ്ടു വെട്ടി പകരം ചോത്തി എന്നു തന്നെ എഴുതിച്ചേർക്കാൻ.''

■